தஸ்தயெவ்ஸ்கி கதைகள்

ஆங்கில வழி தமிழாக்கம்
எம்.ஏ. சுசீலா

நற்றிணை பதிப்பகம்

தஸ்தயெவ்ஸ்கி கதைகள் * தமிழில்: எம்.ஏ. சுசீலா © * முதல் பதிப்பு: ஆகஸ்ட் 2015 * இரண்டாம் பதிப்பு: மே 2019 * வெளியீடு: நற்றிணை பதிப்பகம் (பி) லிமிடெட் * பிளாட் எண்: 45, சாய் கவின்ஸ் குமரன் அபார்ட்மெண்ட்ஸ், ஸ்ரீ தேவி கருமாரியம்மன் நகர், கிருஷ்ணா நகர் பிரதான சாலை, நூம்பல், ஐயப்பன் தாங்கல், சென்னை – 600077.

தஸ்தயெவ்ஸ்கி

ரஷ்ய சமூகத்தில் 19ஆம் நூற்றாண்டில் நிலவிய சமூக பொருளாதார ஆன்மிகப் பின்புலச் சூழலை மனதில் கொண்டு, மனித மன அமைப்பை, அதன் விநோதங்களைக் கண்டறிய முயன்ற ஃபியோதர் தஸ்தயெவ்ஸ்கி உலக இலக்கியத் தளத்தில் மிகச் சிறந்த ஒரு மனோதத்துவ அறிஞர் என விமரிசகர்களால் அங்கீகரிக்கப்பட்ட பெருமை கொண்டவர்.

20 ஆம் நூற்றாண்டு இருப்பியல் வாதத்தின் முன்னோடி எனக் கொண்டாடப்படுபவர். வறுமையிலும் வாழ்க்கைப் போராட்டத்திலும் அலைக்கழிவுபட்ட ஃபியோதர் தஸ்தயெவ்ஸ்கியின் வாழ்வும்கூட அவருடைய நாவல்களைப் போன்றே துயர் கப்பிய, திருப்பங்கள் மலிந்த தருணங்களைக் கொண்டிருப்பதுதான்.

லிதுவேனியாவைச் சேர்ந்த பிரபுக்கள் வம்சத்தில் ஓர் இராணுவ மருத்துவரின் மகனாக 1821ஆம் ஆண்டு அக்டோபர் மாதம் 30ஆம் தேதி பிறந்தவர் தஸ்தயெவ்ஸ்கி. அவருடன் உடன்பிறந்தோர் ஏழு பேர். காசநோயாளியான அன்னை, முன் கோபியான தந்தை என அமைந்த குடும்பச் சூழலில் இளம் வயதிலேயே ஏழ்மை, துன்பம், மரணம் இவற்றோடு பரிச்சயம் கொண்டிருந்ததால் மகிழ்ச்சியும் உற்சாகமும் அற்ற இளமைப் பருவமே தஸ்தயெவ்ஸ்கிக்கு வாய்த்தது.

பதினாறு வயதில் தாயை இழந்தபின், இவரையும் இவரின் சகோதரரையும் இராணுவப் பொறியியல் கல்லூரியில் சேர்த்து விட்டார் இவரின் தந்தை. மதுவில் மூழ்கிய தந்தை தனது அன்றாடத் தேவைகளைக்கூடக் கண்டுகொள்ளாததால், வறுமை, கண்ணீர், அச்சம் இவற்றில் ஊடாடியபடியே தஸ்தயெவ்ஸ்கியின் வாழ்வு நகர்ந்தது. தந்தையின் கொடூர நடவடிக்கைகளைப் பொறுத்துக் கொள்ள முடியாத அவரது சொந்த வேலையாட்களே அவரைக் கொன்றுவிட, அன்று முதல் தஸ்தயெவ்ஸ்கியைக் காக்காய் வலிப்பு நோய் தாக்கத் தொடங்கியது. காலம் முழுவதும் அந்த வலிப்பு நோய் அவரை வாட்டியும் வதைத்தும் வந்தது.

பட்டம் பெற்ற பிறகு, இராணுவ வேலையைக் கைவிட்டு, இளம் பருவம் முதலே தன் மனதை ஆக்கிரமித்திருந்த இலக்கியத் துறையில் ஈடுபடத் தொடங்கினார் தஸ்தயெவ்ஸ்கி. நெக்ரசோவ்

என்னும் இலக்கிய விமரிசகரின் துணையால் அவரது முதல் நாவலான 'ஏழை மக்கள்' (Poor Folk) The Contemporary இதழில் (1846 ஆம் ஆண்டு) வெளியானதுடன் நல்ல வரவேற்பையும் பெற்றது.

இடையே முடியாட்சிக்கு எதிரான புரட்சியில் பங்கேற்றதற்காக அரசாங்கம் இவரைக் கைது செய்து மரண தண்டனையும் விதித்தது. தண்டனை நிறைவேற்றத்தின் கடைசிக் கணத்தில் அதிலிருந்து விடுவிக்கப்பட்ட தஸ்தயெவ்ஸ்கி, கைவிலங்குடன் சைபீரியப் பாலைவனச் சிறைக்கு அனுப்பி வைக்கப்பட்டார். அந்தக் காலகட்டத்தில் அவரது இலக்கியப் படைப்பில் சற்றுத் தேக்கம் ஏற்பட்டாலும் அவரது மனம் உறுதிபெற்றது அப்போதுதான். பிராயச்சித்தம், பாவம், தவறு, மன்னிப்பு முதலிய மனிதாபிமானப் பண்புகள் அவரது உள்ளத்தில் மேலோங்கி எழுச்சிபெற்றது அந்தக் காலகட்டத்திலேதான்.

சிறையிலிருந்து மீண்ட பிறகு மேரியா டிமிட்ரிவ்னா இஸாயவா என்ற விதவையை மணந்துகொண்ட தஸ்தயெவ்ஸ்கிக்குத் திருமண வாழ்வும் மகிழ்ச்சியை அளிப்பதாயில்லை. கடனும் வறுமையும், மனைவியின் காச நோயும், தொடர்ந்து அவளது மரணமும், தனது சூதாடும் பழக்கமும் அவரை அலைக்கழித்தன. கடன் தொல்லை யிலிருந்து காத்துக்கொள்ள அவருக்குக் கிடைத்த ஒரே ஆயுதம் எழுத்து மட்டுமே. குற்றமும் தண்டனையும் 1866, அசடன் 1868–69, கரமஸோவ் சகோதரர்கள் 1879–80 ஆகிய உலகப் பேரிலக்கியங் களை உருவாக்க, கடனாலும் சூதாட்டத்தாலும் விளைந்த வாழ்க்கை நெருக்குதல்களும் பணத் தேவையுமே அவருக்குக் காரணமாய் அமைந்தன.

சூதாடி நாவலை 26 நாட்களில் எழுதி முடித்த தஸ்தயெவ்ஸ்கி அதில் தனக்கு உதவிய அன்னாவைத் தன் வாழ்க்கைத் துணைவியாக்கிக்கொண்டார்.

உலகின் சிறந்த எழுத்தாளர்களெல்லாம் தஸ்தயெவ்ஸ்கியை மதித்துப் போற்றத் தொடங்கிவிட்டிருந்த நிலையில், புகழின் உச்சத்தில் இருக்கும்போது நுரையீரல் பாதிப்பினால் மரணமடைந்த [1881] அவரது இறுதி ஊர்வலத்தில் வரலாறு கண்டிராத அளவுக்கு 50000க்கும் அதிகமான மக்கள் கலந்துகொண்டு ஓர் ஒப்பற்ற எழுத்தாளனுக்குத் தங்கள் இறுதி அஞ்சலியைச் செலுத்தினர்.

ரஷ்ய இலக்கியத்தில் மட்டுமன்றி உலக இலக்கியத்தின் பக்கங் களிலும் அமரத்துவம் வாய்ந்த ஒரு சிருஷ்டிகர்த்தாவாக நிலைத்த புகழ்பெற்றார் தஸ்தயெவ்ஸ்கி.

எம்.ஏ. சுசீலா
மொழிபெயர்ப்பாளர்

மதுரையிலுள்ள பாத்திமா கல்லூரியில் 36 ஆண்டுக் காலம் தமிழ்த்துறைப் பேராசிரியராகப் பணியாற்றியவர்.

இவரது முதல் சிறுகதையான 'ஓர் உயிர் விலை போகிறது' என்னும் ஆக்கம், 1979ஆம் ஆண்டு கல்கி வார இதழ் நடத்திய அமரர் கல்கி நினைவுச் சிறுகதைப்போட்டியில் முதற்பரிசு பெற, இவர் அறிமுக எழுத்தாளராக அங்கீகாரம் பெற்றார். தொடர்ந்து எண்பதுக்கும் மேற்பட்ட இவருடைய சிறுகதைகளும், கட்டுரை களும் பல வார, மாத இதழ்களில் வெளிவந்துள்ளன; இவருடைய சில கதைகள், மலையாளம், கன்னடம், வங்காளம், இந்தி, ஆங்கிலம் முதலிய மொழிகளிலும் மொழிபெயர்க்கப்பட்டுள்ளன. 'கண் திறந்திட வேண்டும்' என்னும் இவரது சிறுகதை, பாலு மகேந்திராவின் 'கதை நேரம்' தொலைக்காட்சித்தொடர் வழி, 'நான் படிக்கணும்' என்ற தலைப்பில் ஒளி வடிவம் பெற்றுள்ளது.

நான்கு சிறுகதைத் தொகுப்புகள், நான்கு கட்டுரை நூல்கள், இவற்றோடு பணிநிறைவு பெற்றபின் ஃபியோதர் தஸ்தயெவ்ஸ்கியின் 'குற்றமும் தண்டனையும்' [2007], அசடன் [2011] ஆகிய உலகப் பேரிலக்கியங்கள் இரண்டையும் தமிழில் மொழிபெயர்த்திருக்கிறார். இவரது 'யாதுமாகி' நாவல் அண்மையில் வெளிவந்திருக்கிறது.

'அசடன்' நாவலின் மொழிபெயர்ப்புக்காக கனடா தமிழ் இலக்கியத் தோட்ட விருது, நல்லி திசை எட்டும் மொழியாக்க விருது, எஸ். ஆர். எம். பல்கலைக்கழகத் தமிழ்ப்பேராயத்தின் ஜி. யூ. போப் விருது ஆகிய மூன்று விருதுகளை இவர் பெற்றிருக் கிறார்.

எழுத்தென்னும் சிற்றகல்...

மனிதமனங்களின் ஆழங்காண முடியாத இருட்டு மூலைகளை, அவற்றுள் பொதிந்திருக்கும் மகத்துவங்களை எழுத்தென்னும் சிற்றகலால் துலக்கி அவற்றின் மீது மனித நேய ஒளிக்கற்றைகளைப் பாய்ச்சிய உலக இலக்கியப் பெரும்படைப்பாளி, தஸ்தயெவ்ஸ்கி. அவரது ஒவ்வொரு படைப்பையும் படிக்கும் கணமும், அதைவிட நுண்மையாய் வாசித்து அதைத் தமிழில் பெயர்க்கும் கணமும் என் வாழ்வுக்கு அர்த்தம் சேர்ப்பவை; என் அகத்தை விசாலப்படுத்தி அகந்தையைச் சிதைத்துப்போடுபவை. தஸ்தயெவ்ஸ்கியின் மொழிபெயர்ப்பில் முனையும்போது அவரது எழுத்துக்குள் அணுக்கமாகச் செல்லமுடிவதும், அவர் பெற்ற அகக்காட்சிகளை, அவர் உணர்த்த விரும்பிய செய்திகளை அவரது அலைவரிசைக் குள்ளேயே சென்று இனம் காணமுடிவதும் ஓர் அரிய அனுபவம். திரும்பத் திரும்ப அவரது வெவ்வேறு ஆக்கங்களைத் தமிழில் தரும் முயற்சியில் நான் என்னை ஈடுபடுத்திக்கொள்வதற்கான காரணம் அதுவே.

தனது மிகப்பெரிய நாவல்களில் மட்டுமன்றி சிறுகதைகள், குறுநாவல்கள் ஆகியவற்றின் வழியாகவும்கூட சாமானியர்களின் வாழ்விலிருந்து நாம் பெறக்கூடிய மாபெரும் தரிசனங்களை அவர் நமக்குக் காட்சிப்படுத்திவிட்டுப் போயிருக்கிறார்.

அத்தகைய சில படைப்புகளை என் ஆங்கிலவழி தமிழ் மொழிபெயர்ப்பில் தொகுப்பாக்கி வெளியிடுவதில் குறிப்பான ஆர்வம் காட்டி என்னையும் அச்செயலில் விரைவாக முனைவதற்குத் தூண்டிய நண்பர் திரு யுகன் அவர்களுக்கும், இந்நூலைச் சிறப்பாக வெளியிடும் அவரது நற்றிணை பதிப்பகத்தார்க்கும் என் நன்றி.

எம்.ஏ.சுசீலா
susuila27@gmail.com

பொருளடக்கம்

கிறிஸ்துமஸ் மரமும் ஒரு திருமணமும்	9
நேர்மையான திருடன்	25
ஒரு மெல்லிய ஜீவன்	58

கிறிஸ்துமஸ் மரமும் ஒரு திருமணமும்

முன்பொரு நாள் நான் ஒரு திருமணத்தைப் பார்த்தேன்...! இல்லையில்லை... அது வேண்டாம்... முதலில் உங்களுக்கு அந்தக் கிறிஸ்துமஸ் மரத்தைப் பற்றிச் சொல்வதுதான் பொருத்தமாக இருக்கும்! திருமணம் என்னவோ நன்றாகத்தான் இருந்தது. எனக்கு அது பிடித்தும் இருந்தது. ஆனாலும் அந்த இன்னொரு விவகாரம்...! அது... இன்னும்கூட நன்றாக இருந்தது. திருமணத்தைப் பார்த்துக் கொண்டிருந்த வேளையில் அந்த கிறிஸ்துமஸ் மரத்தைப் பற்றிய நினைவு என்னுள் ஏன் எழுந்தது என்பது எனக்கே விளங்கவில்லை.

நடந்த கதை இதுதான்! சரியாக ஐந்து வருடங்களுக்கு முன்னால்... புத்தாண்டு பிறப்பதற்கு முதல்நாள் மாலை...! அன்று குழந்தைகளுக்காக ஏற்பாடு செய்யப்பட்டிருந்த ஒரு விருந்திற்கு என்னையும் அழைத்திருந்தார்கள். எனக்கு அழைப்பு விடுத்திருந்த மனிதர், பரவலாக எல்லோருக்கும் அறிமுகமாகியிருந்த ஒரு தொழிலதிபர்; நிறைய பேரிடம் பழக்கம் உள்ளவர். செல்வாக்கான பல தொடர்புகளும் அவருக்கு இருந்தன. எந்த இடத்தில் எதைக் கறந்தால் எதைச் சாதிக்க முடியும் என்ற கலையில் கைதேர்ந்த வித்தகர் அவர்.

குழந்தைகளுக்காகவென்றே ஏற்பாடு செய்யப்பட்டிருந்த இந்த விருந்தும்கூட அப்படிப்பட்ட காரணங்களை உள்ளடக்கிய ஒரு பொய்ச் சாக்காகத்தான் இருக்க வேண்டும். எந்த உள்நோக்கமும் இல்லாததைப் போலவும், எதையுமே முன்கூட்டித் திட்டமிடாததைப் போலவும், எதுவுமே தெரியாத அப்பாவித்தனத்துடன் மிக மிக இயல்பாகச் செய்வதைப் போலவும் குழந்தைகளை ஒன்றுதிரட்டி, அவர்களின் பெற்றோரை வரவழைத்து, அவர்களுடன் வேறு முக்கியமான சுவாரசியமான தகவல்களைப் பரிமாறிக்கொள்வதற்குரிய ஒரு கருவியாகத்தான் அந்த விருந்து ஏற்பாடு செய்யப்பட்டிருக்க வேண்டும்.

அந்த இடத்தில் நான் ஒரு அந்நியனைப் போல விலகியிருந்தேன். அவர்களிடம் பரிமாறிக்கொள்ளக் கூடிய அளவு சுவாரசியமான தகவல் எதுவும் என்னிடமில்லை. அதனால் அந்த மாலைப் பொழுதை என் மனம் போன போக்கில் என் விருப்பத்திற்கேற்றபடி நான் கழித்துக்கொண்டிருந்தேன். குடும்ப விழாவின் குதூகலமான சூழ்நிலை நிலவிய அந்த இடத்தில் என்னைப் போலவே இன்னொரு மனிதரும் இருந்தார். அந்தக் கூட்டத்தில் அவருக்கும் நண்பரோ

உறவினரோ யாருமில்லை என்பது வெளிப்படையாகத் தெரிந்தது. உயரமாக, மெலிவாக இருந்த அந்த மனிதர் மிகவும் தீவிரமான முக பாவனையுடன் காணப்பட்டார். நாகரிகமும் கண்ணியமும் வாய்ந்த ஆடைகளை அவர் அணிந்திருந்தார். என் கண்ணில் பட்ட முதல் ஆள் அவர்தான்...! அப்படிப்பட்ட மகிழ்ச்சியான குடும்ப விழாக்களில் கலந்துகொள்வதற்கும் அங்கே நடக்கும் வேடிக்கை வினோதங்களில் பங்கேற்பதற்குமான மனநிலையில் அப்போது அவர் இல்லை என்பது அப்பட்டமாகப் புலப்பட்டுக் கொண்டிருந்தது. கூட யாருமில்லாமல் ஏதாவது ஒரு மூலையில் தனித்து விடப்பட்டவுடன் அந்தக் கணத்திலேயே அதுவரையிலும் அவர் முகத்தில் இருந்த புன்னகை காணாமல் போய்விடும். கறுகறு வென்றிருக்கும் அவரது அடர்த்தியான புருவங்கள் முடிச்சிட்டுக் கொள்ள ஆரம்பித்துவிடும். எங்களை விருந்துக்கு அழைத்திருந்த மனிதரைத் தவிர அங்கே வந்திருந்த வேறு ஒரு ஜீவனைக்கூட அவருக்குத் தெரிந்திருக்கவில்லை என்பதும், அங்கே பொழுது போக்குவது அவருக்கு மிகவும் சிரமமாக இருந்தது என்பதும் நன்றாகத் தெரிந்தது. ஆனாலும்கூடத் தன் எரிச்சலை மன உறுதி யோடு கட்டுப்படுத்திக்கொண்டபடி அந்த நேரத்தை உண்மை யாகவே உல்லாசமாகக் கழித்துக்கொண்டிருப்பவர் போல் காட்டிக் கொள்ள அவர் முயன்றுகொண்டிருந்தார்.

மிக முக்கியமான, சிக்கலான வேலை ஒன்றை முடிப்பதற்காக, ஏதோ வேறொரு மாகாணத்திலிருந்து இந்த நகரத்திற்கு அவர் வந்திருக்கிறார் என்பதைப் பிறகுதான் நான் அறிந்துகொண்டேன். விருந்தை ஏற்பாடு செய்திருந்தவருக்கு அறிமுகக் கடிதம் ஒன்றை அவர் கொண்டுவந்திருந்தார். அதனால் விருந்தை நடத்துபவரும் தன் பிரியத்தைக் காட்டிக்கொள்வது போலத் தன் பங்குக்கு மரியாதை நிமித்தமாக அவருக்கு அழைப்பு விடுத்திருக்கிறார்... அவ்வளவுதான்!

அங்கே சீட்டு விளையாட்டு எதுவும் நடந்துகொண்டிருக்க வில்லை. அந்த மனிதர் புகைபிடிக்க ஒரு 'சிகார்' தருவதற்குக்கூட எவரும் முன்வரவில்லை. அவருடன் பேசுவதற்கும் யாருமில்லை. ஒருவேளை... அவர் ஒரு வேண்டாத விருந்தாளி என்பதைச் சற்றுத் தொலைவிலிருந்தே அங்கிருந்தவர்கள் அனுமானித்திருக்கக் கூடும். இவ்வாறான காரணங்களால் பொழுதை எப்படி ஓட்டுவது என்றும், தன் கையை வைத்துக்கொண்டு என்ன செய்வதென்றும் விளங்காத அந்தப் பாவப்பட்ட மனிதர், வெறுமே தன் மீசையை வருடிக்கொடுத்தபடி அந்த மாலைப் பொழுதைக் கழித்துக்கொண் டிருக்க வேண்டிய நிர்ப்பந்தத்துக்கு ஆட்பட்டுப்போயிருந்தார். அவருடைய மீசை பார்ப்பதற்கு என்னவோ மிக மிக அழகாகத்தான்

இருந்தது. ஆனால்... இந்த உலகத்தில் அவர் பிறப்பெடுப்பதற்கு முன்பே அந்த மீசை ஜனித்துவிட்டது போலவும்... அதை அப்படி நீவித் தருவதற்காகவே அதோடு அவர் ஒட்ட வைக்கப்பட்டிருக்கிறாரோ என்று நினைக்கத் தூண்டும் வகையிலும் அதை உற்சாகத்தோடு தடவிக்கொண்டிருக்கும் அவரது பாவனை இருந்தது.

எங்களுக்கு விருந்தளித்துக்கொண்டிருந்தவர், ஐந்து சிறுவர்களின் பெருமைக்குரிய தந்தை. அவர் குடும்பத்து விழாவில் நிகழ்ந்து கொண்டிருந்த கேளிக்கைகளுக்கு நடுவே இப்படி வித்தியாசமான முறையில் நடந்துகொண்டிருந்த அந்த வினோதமான மனிதரைத் தவிர, என் சுவாரசியத்தைத் தூண்டிவிட்ட இன்னொரு மனிதனும் கூட அந்த அறையில் இருந்தான். ஆனால்... அவன் முழுக்க முழுக்க வேறுமாதிரியானவன். பலன்களைக் கணக்குப் போட்டே காய்களை நகர்த்தும் அவன் பெயர் ஜூலியன் மேஸ்டகோவிச். விருந்தை ஏற்பாடு செய்தவருக்கும் மீசையை நீவிக்கொண்டிருந்த வருக்கும் இருந்த தொடர்புக்கும், இந்தக் குறிப்பிட்ட மனிதனுக்கும் அவருக்கும் உள்ள தொடர்புக்கும் பெரிய வேறுபாடு இருப்பது எடுத்த எடுப்பிலேயே புலப்பட்டுவிட்டது. விருந்தளிப்பவரும் அவரின் மனைவியும் அவனைப் பாராட்டு மழையில் நீராட்டிக் கொண்டிருந்தனர். அவன் மீது சிறப்பான கவனம் செலுத்தியபடி பலவகையான பானங்களைக் கொண்டுவந்து கொடுத்து அவனை உபசரித்தனர். அங்கே வந்திருந்த மற்ற எல்லா விருந்தாளிகளையும் அவனிடம் அழைத்துச் சென்று அறிமுகமும் செய்து வைத்தனர். ஆனால், அவனை எவரிடமும் கூட்டிச் சென்று அறிமுகப்படுத்த அவர்கள் முற்படவில்லை.

ஜூலியன் மேஸ்டகோவிச் அந்த விருந்தைப்பற்றி மிகவும் பாராட்டிப் பேசினான். இதுவரையில் தான் இவ்வளவு மகிழ்ச்சியாகப் பொழுதைக் கழித்ததே இல்லை என்றும் அவன் குறிப்பிட்டான். அப்பொழுது அந்த விருந்து கொடுத்துக்கொண்டிருந்தவரின் கண்களில் உணர்ச்சிகரமான ஒரு கண்ணீர்த் துளி அரும்பி நின்றதைக்கூட என்னால் காண முடிந்தது. இந்த அளவுக்கு முக்கியமான ஒரு நபரின் அருகில் இருப்பது என்னைச் சற்று பயமுறுத்தக் கூடச் செய்தது. அது ஏனென்பது எனக்கே விளங்கவில்லை. நான் அங்கே கூடியிருந்த குழந்தைகளை ரசித்தபடி அருகிலிருந்த வரவேற்பறைக்குச் சென்று, அங்கே செய்யப்பட்டிருந்த மலர் அலங்காரத் துக்குக் கீழே அமர்ந்துகொண்டேன். வெறிச்சோடிக் கிடந்த அந்த அறையில்... பாதிக்கு மேற்பட்ட பகுதி, மலர்க்கொடிகளால் பந்தலிடப்பட்டுக் கொடிவீடு போல அழகுபடுத்தப்பட்டிருந்தது. விருந்தளிப்பவரின் மனைவி அதற்கான ஏற்பாடுகளைச் செய்திருந்தாள்.

நம்பவே முடியாத வகையில் அங்கிருந்த எல்லாக் குழந்தைகளுமே மிகவும் இனிமையானவர்களாக இருந்தார்கள். அந்த இடத்தில் அவர்கள் பெரியவர்களைப் போல நடந்துகொள்ள வேண்டும் என்று அந்தக் குழந்தைகளின் அன்பான அம்மாக்களும் ஆயாக்களும் திரும்பத் திரும்பச் சொல்லிக்கொடுத்து அவர்களை அழைத்துக் கொண்டு வந்திருந்தார்கள். ஆனால், குழந்தைகளோ அவர்களின் புத்திமதிகளையெல்லாம் தூக்கிப் போட்டுவிட்டு ஆட்டம் போட்டுக் கொண்டிருந்தார்கள். பெரியவர்களைப்போல நடந்துகொள்ளவே கூடாது என்று உறுதியாகத் தீர்மானம் செய்து விட்டவர்களைப் போல அவர்கள் செயல்பட்டுக்கொண்டிருந்தார்கள். அந்தக் கிறிஸ்துமஸ் மரத்தில் பாக்கியிருந்த கடைசிப் பரிசுப் பொருள் வரை எல்லாவற்றையும் அவர்கள் உரித்து எடுத்துக் காலியாக்கி விட்டிருந்தனர். எந்த பொம்மையை எப்படி இயக்குவது என்பது புரிவதற்கு முன்பே பாதிக்கு மேற்பட்ட பொம்மைகளை அவர்கள் உடைத்தெறிந்துவிட்டிருந்தார்கள்.

சுருட்டை முடியும் கருநிறக் கண்களும் கொண்ட ஒரு சிறுவன் அவனது மரத் துப்பாக்கியைக் கையில் பிடித்தபடி என்னைச் சுடுவதற்கு முயற்சி செய்துகொண்டிருந்தான். ஆனால், அவனையும், அந்த விருந்துக்கு வந்திருந்த பிற குழந்தைகளையும்விட என் கவனத்தை அதிகமாகக் கவர்ந்தது அவனின் சகோதரி மட்டும்தான்.

பதினோரு வயது நிரம்பிய அந்தச் சிறுமி, ஒரு சித்திரப் பாவை யைப்போலக் காட்சியளித்தாள். அமைதியும் சாந்தமும் நிரம்பிய அவள் கண்கள் ஏதோ கனவில் ஆழ்ந்திருப்பதைப் போலவோ, ஒரு யோசனையில் மூழ்கியிருப்பதைப் போலவோ காணப்பட்டன. அந்தக் கண்களில் குறிப்பாகச் சொல்லக்கூடிய ஏதோ ஒரு சிறப்பான அம்சம் பொதிந்திருந்தது. அங்கே இருந்த குழந்தைகள் செய்த ஏதோ ஒரு செயல் அவளைப் புண்படுத்தியிருக்க வேண்டும்; அதனா லேயே அவர்களிடமிருந்து விலகி வந்து நான் அமர்ந்திருந்த அந்த வரவேற்பறையின் மூலையில் தன் பொம்மையோடு தனியாக அமர்ந்திருந்தாள் அவள்.

அரசாங்கக் குத்தகைக்காரரான அவளின் பணக்காரத் தந்தையை மரியாதையோடு சுட்டிக் காட்டியபடி, அங்கிருந்த விருந் தாளிகள் அவரைப் பற்றித் தங்களுக்குள் பேசிக்கொண்டிருந்தார்கள். அந்தச் சிறுமியின் திருமணத்தின்போது அவளுக்குத் தர வேண்டிய சீர்வரிசைப் பணமான முந்நூறாயிரம் ரூபிள்களை அவர் எப்போதோ ஒதுக்கி வைத்துவிட்டார் என்று கிசுகிசுப்பான குரலில் யாரோ சொல்லிக்கொண்டிருப்பதை என்னால் கேட்க முடிந்தது. இப்படி ஒரு சூழலில், இந்த மாதிரிப் பேச்சையெல்லாம் இவ்வளவு

ஆர்வத்தோடு கேட்பது யாரென்று தெரிந்துகொள்வதற்காக நான் திரும்பிப் பார்த்தபோது, ஜூலியன் மேஸ்டகோவிச் என் கண்களில் பட்டான். முதுகுக்குப் பின்னால் கைகளைக் கட்டிக்கொண்டு, தலையை ஒருக்களித்துச் சாய்த்தபடி அங்கிருந்த மனிதர்கள் பொழுது போகாமல் அரட்டையடித்துக்கொண்டிருந்ததையெல்லாம் அவன் மிகவும் கவனத்துடன் கேட்டுக்கொண்டிருந்ததைப் போலத் தோன்றியது.

பிறகு... அந்த விருந்தை ஏற்பாடு செய்தவர்கள் அங்கே கூடியிருந்த குழந்தைகளுக்குப் பரிசுகளை விநியோகம் செய்தார்கள். அப்போது அவர்கள் காட்டிய புத்தி சாதுரியம் என்னை மிகவும் ஆச்சரியப்படுத்தியது. ஏற்கனவே முந்நூறு ஆயிரம் ரூபிள்களுக்கு உடைமைக்காரி ஆகிவிட்டிருந்த அந்தக் குட்டிப் பெண்ணுக்குத் தான் அங்கே இருந்ததிலேயே மிக மிக விலை உயர்ந்த பொம்மை பரிசாகக் கிடைத்தது. அங்கே சந்தோஷமாக விளையாடிக்கொண் டிருந்த பிற குழந்தைகளுக்கு வழங்கப்பட்ட பரிசுப் பொருளின் மதிப்பு, அவரவர் பெற்றோரின் சமூக அந்தஸ்திற்கேற்றபடி குறைந்து கொண்டே வந்தது. இறுதியாகப் பரிசை வாங்கிக்கொண்ட சிறுவனுக்குப் பத்து வயது இருக்கக்கூடும். மெலிந்து போய் வற்ற லாய்க் காணப்பட்ட அவனுடைய முடி செம்பட்டையாக இருந்தது. அவனுக்கு ஒரு கதைப் புத்தகத்தைத் தவிர வேறெதுவுமே கிடைக்க வில்லை. அழுகை வரவழைக்கக் கூடிய உணர்ச்சிகரமான வருண னைகளும், இயற்கையைப் பற்றிய விரிவான விளக்கங்களும் அடங்கிய அந்தப் புத்தகத்தில் ஒரு படம்கூட இல்லை... புத்தகத் தோடு இணைத்துத் தரப்படும் கவர்ச்சிகரமான பரிசுப் பொருள் எதுவும் அதோடு ஒட்டிக்கொண்டிருக்கவுமில்லை.

அந்த விருந்தை ஏற்பாடு செய்திருந்தவரின் குழந்தைகளைக் கவனித்துக்கொள்ளும் ஆயாவும் ஏழை விதவையுமான ஒருத்தியின் மகன்தான் அந்தச் சிறுவன். மிகவும் சாதுவாகவும் பயந்த சுபாவத் துடனும் இருந்த அந்தப் பையன் மட்டமான, மலிவான துணியில் தைக்கப்பட்டிருந்த உடுப்புகளை அணிந்திருந்தான். புத்தகப் பரிசைப் பெற்ற பிறகும்கூட அங்கிருந்த மற்ற பொம்மைகளையெல் லாம் பார்த்தபடி அங்கேயே சுற்றிக்கொண்டிருந்தான் அவன். அங்கே விளையாடிக்கொண்டிருந்த மற்ற குழந்தைகளோடு தானும் சேர்ந்து விளையாட வேண்டுமென்ற ஆசை அவனிடம் நிறையவே இருந்தது; ஆனாலும் அவன் அதற்குத் துணியவில்லை. தன்னுடைய சமூக நிலையைப் பற்றி அவன் உணர்வுபூர்வமாகப் புரிந்துவைத்திருக்கிறான் என்பதைத் தெளிவாக விளங்கிக்கொள்ள முடிந்தது.

குழந்தைகளை ஆழ்ந்து கவனிப்பதென்பது... பொதுவாகவே எனக்கு மிகவும் பிடித்தமான ஒரு விஷயம்... அதிலும் யாருடைய

துணையும் இல்லாமல் முதன்முதலாக... அவர்களே தன்னிச்சையாகச் செயல்படத் தொடங்குவதைப் பார்ப்பதென்பது மிகவும் அற்புதமான ஒன்றென்பதை நான் உணர்ந்திருக்கிறேன். பிற குழந்தைகள் வைத் திருந்த பொம்மைகள் அந்தச் செம்பட்டை முடிச் சிறுவனைச் சபலப் படுத்திக்கொண்டிருப்பதை என்னால் உணர முடிந்தது. மேலும் அந்தக் குழந்தைகள் ஆடிப்பாடிக்கொண்டிருந்த அந்த அரங்கமும்கூட அவனது ஆசையைத் தூண்டிவிட்டுக்கொண்டிருந்தது. அதில் தானும் ஒரு சிறிய பங்கையாவது பெற்றுவிட வேண்டுமென்று ஆசைப்பட்ட அவன் அதற்காகத் தன்னைத் தாழ்த்திக்கொள்ளக்கூடத் தயங்க வில்லை. ஒரு புன்னகையோடு அங்கே சென்று, அங்கிருந்த பிற குழந்தைகளுக்கு வலுவில் பலவகையான உதவிகளைச் செய்யும் பாவனையில் அந்தக் கேளிக்கைகளில் அவர்களோடு தானும் பங்கெடுக்க முற்பட்டான்.

கிரீமும் வெண்ணெயும் அப்பிய முகத்தோடு ஏற்கனவே எக்கச் சக்கமான பரிசுப் பொருட்களைத் தன் கைக்குட்டையில் கட்டி வைத்துக் கொண்டிருந்த ஒரு பையனுக்குத் தன்னிடமிருந்த ஆப்பிளைத் தருவதற்கும்கூட அவன் முன்வந்தான். அந்த அரங்கத்தி லிருந்து தன்னை யாரும் விரட்டிவிடக் கூடாது என்பதற்காக, அங்கிருந்த மற்றொரு சிறுவனைத் தன் முதுகில் சவாரி ஏற்றி விளை யாட்டுக் காட்டுவதற்கும்கூட, அவன் தயாராக இருந்தான். அவனுள் இருந்த ஆசை வேகம் அந்த எல்லை வரை அவனைக் கொண்டு போய் விட்டிருந்தது. ஆனால், உண்மையாகவே யாரோ ஒரு குறும்புப் பையன் ஒரே ஒரு நிமிடத்திற்குள் அவனை பலமாக உதைத்துத் தள்ளிவிட்டான்; அதற்காக அழுவதற்கான துணிச்சல்கூட அவனிடம் இல்லை. அதற்குள் அங்கே ஆயாவாக வேலை பார்த்து வந்த அவன் தாய் வேகமாகக் குறுக்கே நுழைந்தாள்; அங்கே உள்ள பிற குழந்தை களின் விளையாட்டுகளிலெல்லாம் அவன் அப்படிச் சேர்ந்து கொள்ளக் கூடாது என்பதை அவள் அவனிடம் எடுத்துச் சொன் னாள். அதனால் தன் பொம்மையோடு தனியாக விளையாடிக் கொண்டிருந்த அந்தச் சிறுமி இருந்த அதே வரவேற்பறைக்கு அந்தச் சிறுவனும் வந்து சேர்ந்தான்; அவள் அவனோடு நட்புடன் பழகத் தொடங்கிவிட்டதால், அவளிடமிருந்த அந்த விலை உயர்ந்த பொம்மையை அழகுபடுத்துவதில் இருவரும் மும்முரமாக ஈடுபட ஆரம்பித்துவிட்டார்கள்.

அந்த அறையில், பூங்கொடிகள் வேய்ந்திருந்த அந்த மலர்ப் பந்தலுக்குக் கீழே நான் கிட்டத்தட்ட அரை மணி நேரம் உட்கார்ந் திருந்தேன். முந்நூறாயிரம் ரூபிள்களுக்குச் சொந்தக்காரியான அந்தக் குட்டிப்பெண்ணும், செம்பட்டை முடி கொண்ட சிறுவனும் தங்களுக்குள் கலகலப்பாகப் பேசி அரட்டையடித்தபடி பொம்மை

யோடு விளையாடிக்கொண்டிருந்தார்கள். அதைப் பார்த்தபடியே நான் அரைத் தூக்கம் போட்டுக்கொண்டிருந்தபோது திடீரென்று ஜூலியன் மேஸ்டகோவிச் அந்த அறைக்குள் வந்தான். பல வேடிக்கை விளையாட்டுகள் நடந்துகொண்டிருந்த நடன அரங்கத்தில் குழந்தைகளுக்கிடையே ஏதோ ஓர் அற்பப் பூசல் ஏற்பட்டு விட்டது. அந்த நேரத்தைத் தனக்குச் சாதகமாக்கிக்கொண்டு அங்கே இருந்து நழுவி இங்கே வந்திருந்தான் அவன். வருங்காலப் பணக்காரியும் பெருஞ் சொத்துக்கு வாரிசுமான அந்தச் சிறுமியின் தந்தையோடு ஒரு நிமிடம் முன்புதான் அவன் ஆர்வத்தோடு உரையாடிக்கொண்டிருந்ததை நான் கவனித்திருந்தேன். அவருக்கு அப்போதுதான் அவன் அறிமுகம் செய்துவைக்கப்பட்டிருந்தான். பொதுத் துறைகளைப் பொறுத்த வரை ஒன்று இன்னொன்றைவிட எவ்வாறு சிறந்தது என்பது குறித்து அவன் அவருடன் காரசாரமாக விவாதித்து விளக்கிக்கொண்டிருந்தான். இப்பொழுது... ஏதோ ஆழ்ந்த சிந்தனையில் இருப்பவனைப் போலக் காணப்பட்ட அவன் தன் கைவிரல்களால் ஏதோ கணக்குப் போட்டுக்கொண்டிருந்தது போல எனக்குத் தோன்றியது.

"முந்நூறு... முந்நூறு..." என்று முணுமுணுத்துக் கொண்டிருந்த அவன் தொடர்ந்து "பதினொன்று... பன்னிரண்டு... பதின்மூன்று" என்று எண்ணிக்கொண்டே போனான். "இன்னும் ஐந்து வருடங்கள் போனால் அவளுக்குப் பதினாறு வயதாகும்! அந்தப் பணத்தை நாலு சதவிகித வட்டியில் முதலீடு செய்திருந்தால்... பன்னிரண்டு... அப்புறம்... பன்னிரண்டை ஐந்தால் பெருக்கினால் அறுபது...! அப்படியென்றால் இந்த ஐந்து வருடங்களுக்குள் அந்தப் பணம் நானூறாயிரம் ஆகிவிடும். ம்... சரிதான்...! ஆனால்... அடக் கடவுளே...! போயும் போயும் அவன் நாலு சதவிகித வட்டியிலா அதைப் போட்டு வைத்திருப்பான்..? அந்த ராஸ்கல் நிச்சயம் அப்படிச் செய்திருக்கவே மாட்டான்... பெரும்பாலும் எட்டு அல்லது பத்து சதவிகித வட்டிக்குத்தான் அதைப் போட்டு வைத்திருப்பான்... அப்படியென்றால்... ஐநூறு... ஆமாம்... குறைந்தபட்சம் ஐநூறாயிர மாவது உறுதியாகக் கிடைக்கும். அதோடு கூடுதலாக அவளுக்குத் தரும் ஆடை ஆபரணங்கள் இவையெல்லாமும்கூட நிச்சயம் கிடைக்கும்" தன்னுடைய தீவிரமான சிந்தனையைச் சற்றே நிறுத்திவிட்டு மூக்கை உறிஞ்சிக்கொண்டான் அவன். அந்த அறையை விட்டு வெளி யேற முயன்ற அந்தக் கணத்தில் அவன் பார்வை அந்தச் சிறுமியின் மீது படிந்தது; உடனே ஒரு நிமிடம் நிலைகுத்திப் போனவனைப் போலத் திகைத்துப் போய் நின்றான் அவன். அங்கே இருந்த பூந்தொட்டிகள் மறைத்துக்கொண்டிருந்ததால் அவனால் என்னைப் பார்க்க முடியவில்லை. மிகப் பெரிய மனப்பதற்றம் ஒன்றுக்கு ஆளாகி இருப்பவன் போல அவன் எனக்குத் தென்பட்டான். கைகளைப்

பிசைந்தபடி அவன் நிலைகொள்ளாமல் தவித்துக்கொண்டிருந்ததற்கு அவன் தன்னுள் போட்டுக்கொண்டிருந்த மனக் கணக்கின் தூண்டுதலால் விளைந்த கற்பனை காரணமா அல்லது அதற்கு வேறேதும் காரணம் உண்டா என்பதையெல்லாம் என்னால் சரிவரச் சொல்ல முடியவில்லை. ஆனால்... அவனால்... ஒரு இடத்தில்கூட நிலையாக நிற்க முடியவில்லை என்பது மட்டும் உண்மை... சிறிது நேரம் அங்கே நின்றபடி... எதிர்காலத்தில் மிகப் பெருஞ் சொத்துக்கு வாரிசாகப் போகும் அந்தப் பெண்ணின் மீது தீர்மானமான ஒரு பார்வையை ஓட விட்டான் அவன்; அதன்பின்பு அவனது மனக் கிளர்ச்சி மேன்மேலும் உச்சத்துக்குப் போகத் தொடங்கியது. அவளருகே மெல்ல நகர்ந்து செல்லத் தொடங்கிய அவன்... அதற்கு முன்பு அந்த அறையைச் சுற்றுமுற்றும் திருட்டுத்தனமாக இரகசியமாக ஒருமுறை பார்த்துக்கொண்டான். பிறகு பூனையைப் போல நுனிக் காலால் நடந்தபடி அந்தக் குழந்தைப் பெண்ணை அவன் அணுகிய முறை ஏதோ ஒரு குற்ற உணர்வின் பிடியில் அவன் சிக்கியிருப்பதைக் காட்டியது. ஒரு புன்னகையோடு அவளிடம் நெருங்கிய அவன், அவள் தலையில் முத்தமிட்டான். சற்றும் எதிர்பாராத இந்தத் தாக்குதலால் அரண்டுபோன அந்தச் சிறுமி பயந்துபோய்க் கத்தினாள்.

"இங்கே என்ன செய்துகிட்டிருக்கே செல்லம்..." என்று கிசுகிசுப்பான குரலில் கேட்ட அவன், மீண்டும் ஒரு முறை தன்னைச் சுற்றித் திருட்டுப் பார்வை பார்த்துவிட்டுப் பிறகு அந்தப் பெண்ணின் கன்னத்தில் தட்டிக்கொடுத்தான்.

"நாங்க விளையாடிக்கிட்டிருக்கோம்..."

"ஓ... இவனோடவா...?" என்றபடி அந்தச் சிறுவனைக் கொஞ்சம் சந்தேகத்துடன் பார்த்தான் ஜூலியன் மேஸ்டகோவிச்.

பிறகு அவனைப் பார்த்து...

"போ பையா... அங்கே எல்லாரும் விளையாடிக்கிட்டிருக்காங்களே அந்த 'பால்ரூ'முக்குப் போ... அங்கே ஓடு... அங்கே உன்னோட விளையாட ஒரு நல்ல பையன் இருக்கான்" என்றான்.

அந்தச் சிறுவன் அவனை உற்றுப் பார்த்தானே தவிர, எந்த பதிலும் சொல்லவில்லை. மறுபடியும் ஒரு தடவை ரகசியமாகச் சுற்றிலும் பார்த்துக்கொண்ட பிறகு அந்தச் சிறுமியின் பக்கத்தில் மண்டியிட்டு அமர்ந்துகொண்டான் ஜூலியன் மேஸ்டகோவிச்.

"அங்கே என்ன வச்சிருக்கே கண்ணு... பொம்மையா...?" என்று அவளிடம் கேட்டான்.

"ஆமாம்... பொம்மைதான் வச்சிருக்கேன்" என்று தன் முகத்தைச் சுளித்தபடி சற்று பயத்தோடு பதில் சொன்னாள் அந்தப் பெண்.

"பொம்மையா... சரி கண்ணு...! ஆமாம்... எதை வச்சு பொம்மை செய்யறாங்கன்னு உனக்குத் தெரியுமா ?"

"இல்லை சார்... எனக்கு அது தெரியாது..." என்று முணுமுணுப்பான குரலில் சொல்லிவிட்டுத் தன் தலையைத் தொங்க விட்டுக்கொண்டாள் அந்தச் சின்னப்பெண்.

"அப்படியா... அது உனக்குத் தெரியாதா...? பழைய துணியை யெல்லாம் வச்சுத்தான் அதைச் செய்யறாங்க கண்ணு" என்று அவளிடம் சொல்லிக்கொண்டே வந்த ஜூலியன் மேஸ்டகோவிச், அந்தச் சிறுவனை முறைத்துப் பார்த்தபடி விரட்டினான்.

"ஏ... பையா... அங்கே போ... பால் ரூமுக்குப் போய் உன்னை மாதிரி இருக்கிற மத்த பசங்களோட சேர்ந்து விளையாடு... போ..."

அந்தச் சிறுவனும் சிறுமியும் அவனைக் கோபத்தோடு பார்த்தபடி ஒருவரை ஒருவர் இறுகப் பற்றிக்கொண்டனர். அவன் சொன்னபடி பிரிந்து செல்ல அவர்களுக்கு விருப்பமில்லை.

"அந்த பொம்மையை உனக்கு ஏன் கொடுத்திருக்காங்கன்னு தெரியுமா...?" என்று கேட்ட ஜூலியன் மேஸ்டகோவிச், தன் குரலை இன்னும்கூடச் சற்றுத் தாழ்த்திக்கொண்டான்.

"தெரியாது சார்..."

"அது எதுக்குத் தெரியுமா... நீ... வாரம் முழுக்க ஒரு சமர்த்துப் பெண்ணா... நல்ல பெண்ணா இருந்திருக்கே பார்த்தியா... அதனாலேதான்..."

உணர்ச்சி வேகத்தில் தத்தளித்துக்கொண்டிருந்த ஜூலியன் மேஸ்டகோவிச், அறையைச் சுற்றிலும் கவனமாக ஒரு தடவை நோட்டம் விட்டுவிட்டுத் தன் குரலை இன்னும்கூட மெல்லியது ஆக்கிக்கொண்டான்... யார் காதுக்கும் கேட்காத கிசுகிசுப்பான குரலில் அதை அவளிடம் முணுமுணுத்தபோது... உணர்ச்சி மேலீட் டாலும்... அதற்கு மேலும் அதைப் பொறுத்துக்கொள்ள முடியாத தாலும் அவன் குரல் உடைந்துபோயிருந்தது.

"உன்னோட அம்மா அப்பாவைப் பார்க்க நான் வருவேன்... அப்ப என்னைப் பிடிச்சிருக்குன்னு அவங்க கிட்ட சொல்றியா... அப்படிச் சொல்லுவேன்னு என்கிட்டே சத்தியம் பண்றியா கண்ணு...?"

தமிழில் : எம்.ஏ. சுசீலா

இவ்வாறு சொன்னபடியே தன் 'செல்ல'த்தை முத்தமிட முயன்றான் ஜூலியன் மேஸ்டகோவிச். அந்தப் பாப்பாவுக்கு அடக்க முடியாதபடி அழுகை குமுறிக்கொண்டு வந்தது; அதைப் பார்த்த அந்தச் செம்பட்டை முடிச் சிறுவன், அவள் கையைப் பிடித்துக் கொண்டு அவள் மீதான தன் இரக்கத்தைக் காட்டும் வகையில் தானும் தேம்பத் தொடங்கினான். இந்தக் கட்டத்தில் ஜூலியன் மேஸ்டகோவிச்சுக்கு நிஜமாகவே கடுமையான கோபம் வந்து விட்டிருந்தது.

"இப்ப இங்கே இருந்து போகப் போறியா இல்லையா...? உடனே ஓடிப்போயிடு இங்கேயிருந்து..." என்று அந்தப் பையனிடம் கத்தினான் அவன். "உன்னை மாதிரிப் பசங்க எல்லாம் அந்த பால் ரூமிலே இருக்காங்க பாரு... அவங்க கிட்டே போ..."

"இல்லை... வேண்டாம்..." என்று சொன்னபடி அந்தப் பெண் அழுதாள்.

"நீங்க இங்கே இருந்து போங்க... அவனை விட்டுடுங்க...! இப்ப அவனை விடப்போறீங்களா இல்லையா..." என்றபடி கண்ணீர் விட்டுக் கதறினாள் அவள்.

கதவருகே யாரோ உரக்கப் பேசும் சத்தம் கேட்டதும் திடுக் கிட்டு பயந்துபோன ஜூலியன் மேஸ்டகோவிச், மண்டி போட்டுக் குனிந்த நிலையிலிருந்து எழுந்துகொண்டு பழையபடி கம்பீரமாகத் தோற்றம் தர முயன்றான். ஆனால், அந்தச் செம்பட்டை முடிச் சிறுவனோ ஜூலியன் மேஸ்டகோவிச்சை விடவும் அதிகமாக பயந்து போயிருந்தான். அந்தப் பெண்ணை அங்கேயே விட்டுவிட்டுத் தான் மட்டும் சுவரோடு ஒட்டி உரசி நகர்ந்த வண்ணம் வரவேற் பறையிலிருந்து நழுவிச் சாப்பாட்டறைக்குள் சென்றான் அவன்.

அப்போது ஜூலியன் மேஸ்டகோவிச் ஒரு நண்டைப் போலச் சிவந்துபோயிருந்தான். அந்த நேரத்தில் முகம் பார்க்கும் கண்ணாடி யில் அவன் தன்னைப் பார்க்க நேர்ந்தால்... அவனைப் பற்றி அவனுக்கே கூச்சம் ஏற்பட்டுவிடக்கூடும் என்று தோன்றியதுதான் அதற்குக் காரணம் என்றும், அந்த அளவுக்குப் பொறுமையில்லாமல் உணர்ச்சிவசப்பட்டுவிட்டதை எண்ணி அவனே வருத்தப்பட்டிருக்க வேண்டும் என்றும் எனக்குத் தோன்றியது.

கைவிரல்களை வைத்துக்கொண்டு, கணக்குப் போட்டபோது தான் கண்டுபிடித்த அதிகபட்சமான அந்தத் தொகை எடுத்த எடுப்பில் அவனுக்கு மிகவும் பிரமிப்பூட்டுவதாக இருந்திருக்கலாம்; அதனால் ஏற்பட்ட சபலமும், மன எழுச்சியும் சமூகத்தில் தான் எந்த அளவுக்குக் கௌரவமானவன், செல்வாக்கானவன் என்பதைக்

கூட மறக்கும் அளவுக்கு அவனைத் தூண்டியிருக்கலாம்; இளமை வேகத்தில் ஆவேசமாகச் செலுத்தப்படும் ஒரு வாலிபனைப் போல, புயல்வேகத்தில் தன் விருப்பத்தை நிறைவேற்றிக்கொண்டுவிட வேண்டும் என்ற உந்துதலை அதுவே அவனுக்கு அளித்திருக்க வேண்டும்; அவனுடைய விருப்பங்கள் எந்த இலக்கை நோக்கிக் குவிந்திருக்கிறதோ... அந்த இலக்கை அவன் உடனடியாக ஒன்றும் எட்டி விடமுடியாது என்பதும் குறைந்த பட்சம் இன்னும் ஐந்து ஆண்டுகளாவது அதற்காக அவன் காத்திருக்க வேண்டும் என்பதும் அப்போது அவன் அறிவுக்கு எட்டாமல் போயிருக்கலாம்... அப்படித் தான் ஏதோ நடந்திருக்க வேண்டும் என்று எனக்குத் தோன்றியது.

அவனைப் பின்தொடர்ந்து சாப்பாட்டு அறைக்குள் போன போது வேறொரு விநோதமான காட்சியைப் பார்க்கும் வாய்ப்பும் எனக்குக் கிடைத்தது. எரிச்சலும் கோபமும் கொண்டு முகம் சிவந்து காணப்பட்ட ஜூலியன் மேஸ்டகோவிச், அந்தச் செம்பட்டை முடிப் பையனை மிகக் கடுமையாகத் திட்டியபடி அங்கிருந்து விரட்டி யடித்துக்கொண்டிருந்தான். அந்தச் சிறுவனும் அவனிடமிருந்து விலகி விலகிப் போய்க்கொண்டிருந்தானே தவிர, அவனுக்கிருந்த பயத்தில் எங்கே போய் ஓடி ஒளிந்துகொள்வது என்று அவனுக்குத் தெரிய வில்லை.

"ஏ பிச்சைக்காரப் பயலே... முதல்லே போ இங்கேயிருந்து...! ஓடிப்போ முதல்லே... இங்கே என்ன செய்யறே? பழத்தைத் திருடிக் கிட்டிருக்கே அப்படித்தானே... ஏ போக்கிரிப் பயலே, பழத்தைத் திருடறியா நீ... ஓடிப் போ இங்கே இருந்து... ஏய் மூக்கொழுகி முட்டாள் பயலே... இப்பப் போகப் போறியா இல்லையா... போ... அங்கே விளையாடிக்கிட்டிருக்கிற உன்னை மாதிரி பசங்களோட போய் சேந்துக்கோ போ..."

அரண்டுபோய் நடுநடுங்கிக்கொண்டிருந்த அந்தச் சிறுவன், தன்னை விரட்டிக்கொண்டு வரும் அவனிடமிருந்து தப்பித்துக் கொள்ள மூர்க்கமாக முயன்றபடி... மேஜைக்கு அடியில் ஒளிந்து கொண்டு ஊர்ந்து செல்லத் தொடங்கினான். கோபத்தில் கொந் தளித்துக்கொண்டிருந்த ஜூலியன் மேஸ்டகோவிச், தன்னிடமிருந்த மிகப் பெரிய கைக்குட்டை ஒன்றை அந்தச் சிறுவனின் மீது ஆவேச மாக விசிறியடித்தபடி, அங்கிருந்து அவனைத் துரத்த முயன்று கொண்டிருந்தான். ஆனால்... அந்தப் பையனோ மேஜைக்கடியில் ஒரு எலியைப் போல மிக அமைதியாகப் பதுங்கிக்கொண்டு வெளியே வராமல் போக்குக் காட்டிக்கொண்டிருந்தான்.

ஜூலியன் மேஸ்டகோவிச் கொஞ்சம் பருமனான உடல்வாகு கொண்டவன் என்பதை இங்கே கட்டாயம் குறிப்பிட்டாக வேண்டும்.

பணத்தின் செழுமையால் பளபளப்போடு காணப்பட்ட அவனது கன்னங்கள் இரத்தம் போலச் சிவந்திருந்தன. கட்டுமஸ்தான உடல், சற்றே பிதுங்கிக்கொண்டிருந்த தொந்தி, பருத்த தொடைகள் ஆகிய வற்றோடு இருந்த அவன், சுருக்கமாகச் சொல்லப்போனால் ஒரு கொழுத்த குதிரையைப் போன்ற வலிமையுடன் இருந்தான். வியர்வை வெள்ளம் பெருகி ஓட, நெடுமூச்சு வாங்கியபடி அந்தச் சிறுவனை விரட்டிக்கொண்டிருந்த அவனது முகம்... கணத்துக்குக் கணம் மேலும் மேலும் சிவப்பாகிக்கொண்டே வந்தது. கடைசியாக ஒரு கட்டத்தில்... அவன் பைத்தியம் பிடித்தவனைப் போலவே ஆகிவிட்டிருந்தான். அந்தச் சிறுவன்மீது அவனுக்கு ஏற்பட்டிருந்த வெறுப்புணர்ச்சி அவனை அந்த அளவுக்கு ஆட்டி வைத்துக்கொண்டிருந்தது. யார் கண்டது...? ஒருவேளை அது பொறாமையாகவும்கூட இருக்கலாம்... அதற்கு மேலும் சிரிப்பை அடக்கிக்கொள்ள என்னால் முடியவில்லை. ஜூலியன் மேஸ்டகோவிச் மெதுவாகத் திரும்பிப் பார்த்தான். தான் எப்படிப்பட்ட செல்வாக்கான ஒரு நபர் என்பதையெல்லாம்கூட மறந்து போனவனாய் பயங்கரமான குழப்பத்தின் பிடியில் ஆட்பட்டிருந்தான் அவன். சரியாக அதே நேரத்தில் எங்களை விருந்துக்கு அழைத்திருந்த மனிதர் எதிர்ப்புறக் கதவின் வழியாக உள்ளே நுழைந்தார். அந்தச் சிறுவன் மெல்ல ஊர்ந்து மேஜைக்கு அடியிலிருந்து வெளிப்பட்டபடி தன் முழங்கைகளையும் கால்களையும் துடைத்துக்கொண்டான். அவனை விரட்டுவதற்காகக் கைக்குட்டையின் ஒரு நுனியைத் தன் விரல்களால் பிடித்துக்கொண்டிருந்த ஜூலியன் மேஸ்டகோவிச், அவசர அவசரமாக அதைத் தன் மூக்கருகே கொண்டுசென்றான்.

விருந்துக்கு அழைத்தவர் எங்கள் மூவரையும் சற்றே புதிரான பாவனையுடன் பார்த்தார். ஆனால், அவர் கொஞ்சம் அனுபவ சாலி... வாழ்க்கையைத் தீவிரமாக எடுத்துக்கொள்ளும் கண் ணோட்டம் உடையவர். வந்திருந்த விருந்தாளியை வைத்துத் தன் காரியத்தை முடிக்க வாய்த்த ஒரு சந்தர்ப்பமாக அதை அவர் எடுத்துக் கொண்டார்.

அந்தச் செம்பட்டைமுடிச் சிறுவனை ஜூலியன் மேஸ்டகோவிச் சிடம் சுட்டிக்காட்டியபடி, "நான் உங்களிடம் முன்பு சொல்லி வைத்திருந்தேனல்லவா... இவன்தான் அந்தப் பையன்."

"என்ன என்ன? திரும்ப ஒரு முறை சொல்லுங்கள்... நான் சரியாகக் கவனிக்கவில்லை" என்றான் ஜூலியன் மேஸ்டகோவிச். இன்னும்கூடத் தனது இயல்புநிலைக்கு அவன் முழுமையாக மீண்டிருக்கவில்லை.

"இந்தப் பையனின் அம்மாதான் என் குழந்தைகளைக் கவனித்துக்கொள்கிறாள் சார்..." என்றபடி மேலும் பேச்சைத்

தொடர்ந்தார் விருந்தளிப்பவர். அவனிடம் ஏதோ ஒரு உதவி கோரும் தொனியில் அவர் பேசிக்கொண்டிருந்தார்.

"அந்தப் பெண் மிகவும் பரிதாபமான சூழ்நிலையில் கஷ்டப் பட்டுக்கொண்டிருக்கிறாள் சார்... மிகவும் நேர்மையாக வேலை பார்த்த அரசாங்க ஊழியரின் விதவை அவள். அதனால்... இந்த விஷயத்தில் உங்களால் ஏதாவது செய்ய முடியுமோ என்று நான் நினைத்தேன்..."

"இல்லையில்லை... அது சாத்தியமில்லை... அது... முடியவே முடியாது." என்று உடனடியாகக் கத்தினான் ஜூலியன் மேஸ்ட கோவிச். "தயவு செய்து என்னை மன்னித்துக்கொள்ளுங்கள் சார்..! இனிமேல் அதைப் பற்றிக் கேட்பதற்குக்கூட வழியில்லை. நான் நன்றாக விசாரித்துவிட்டேன்... அங்கே இப்போது இடம் காலி யில்லை. அப்படியே ஏதாவது காலியிடம் இருந்தாலும் அதற்கு இவனைவிடப் பொருத்தமாக இன்னும் பன்னிரண்டு பேர் காத்துக் கொண்டிருக்கிறார்கள்... என்னை மன்னித்துவிடுங்கள்... தயவு செய்து என்னை மன்னித்துவிடுங்கள்."

"பாவம் இந்தப் பையன்" என்றார் விருந்தளிப்பவர். "இவன் ரொம்ப அமைதியான சுபாவம் கொண்டவன்... குற்றம் குறை சொல்ல முடியாத சிறுவன் இவன்."

"ஆனால்... நான் பார்த்தவரைக்கும் இவன் குறும்புக்காரப் பையனைப் போலத்தானே தெரிகிறான்..." என்று தன் உதடுகளைச் சுளித்துக்கொண்டு பதிலளித்த ஜூலியன் மேஸ்டகோவிச், "போ பையா... இங்கே எதுக்குக் காத்துக்கிட்டிருக்கே... அங்கே போய் வேற பையன்களோட சேர்ந்து விளையாடு போ..." என்று அந்தச் சிறுவனைப் பார்த்துச் சொன்னான்.

இந்தக் குறிப்பிட்ட கட்டத்தில் என்னை ஓரக்கண்ணால் பார்ப் பதை அதற்கு மேலும் அவனால் தவிர்க்க முடியாமல் போய் விட்டது போல எனக்குத் தோன்றியது. அதற்கு மேல் என்னாலும் பொறுத்துக் கொள்ள முடியவில்லை. அவன் முகத்துக்கு நேராகவே நான் சிரித்துவிட்டேன். 'சட்'டென்று முகத்தைத் திருப்பிக்கொண்டுவிட்ட ஜூலியன் மேஸ்டகோவிச் என் காதில் விழ வேண்டுமென்பதற்காகவே "யார் இந்த வித்தியாசமான இளைஞன்..." என்று விருந்தளிப்பவரிடம் என்னைப் பற்றி விசாரித்தான். அவர்கள் இருவரும் கிசுகிசுப்பான குரலில் அந்தரங்கமாக உரையாடியபடியே அறையை விட்டுச் சென்றனர். என்னைப் பற்றி அவர் சொன்னதைக் கொஞ்சமும் நம்ப முடியாமல் ஜூலியன் மேஸ்டகோவிச் அப்போது தலையாட்டிக் கொண்டிருந்ததை நான் பார்த்தேன்.

தமிழில் : எம்.ஏ. சுசீலா ● 21

சிறிது நேரம் மனம்விட்டுச் சிரித்துத் தீர்த்துவிட்டு அந்த விழா நடைபெறும் அரங்கத்திற்கு நான் திரும்பிச் சென்றேன். எங்களுக்கு விருந்தளித்த கணவன் மனைவி உட்பட அங்கிருந்த செல்வாக்கான மனிதர்கள் அத்தனை பேரும் 'அந்தப் பெரிய மனிதனைச் சுற்றிக் கூடியிருந்தார்கள். அப்பொழுதுதான் அறிமுகம் செய்துவைக்கப் பட்டிருந்த ஒரு பெண்மணியிடம் பேசிக்கொண்டிருந்த அவன், குறிப் பாக ஏதோ ஒரு விஷயத்தை மட்டுமே பிடித்துக்கொண்டு அதைப் பற்றியே திரும்பத் திரும்ப அவளிடம் பெருமையடித்துக் கொண்டி ருந்தான்.

பத்து நிமிடங்களுக்கு முன்பு அந்த வரவேற்பறையில் வைத்து எந்தக் குட்டிப் பெண்ணை ஜூலியன் மேஸ்டகோவிச் சீண்டிக் கொண்டிருந்தானோ... அதே சிறுமியின் கைகளைப் பிடித்தபடி அந்தப் பெண்மணி நின்றுகொண்டிருந்தாள். அந்தக் குட்டிப் பெண் ணின் அழகு, திறமை, நளினமான நடத்தை ஆகியவை குறித்தும், மிக நல்ல முறையில் அவள் வளர்க்கப்பட்டிருப்பதைப் பற்றியும்... இப்படிப் பலவற்றையும் போற்றிப் புகழ் பாடிப் பரவச வெள்ளத்தில் எல்லாரையும் ஆழ்த்திக்கொண்டிருந்தான் ஜூலியன் மேஸ்ட கோவிச். குறிப்பாக, அந்தச் சிறுமியின் தாயிடம் அவன் சற்று மிகையாகவே தாழ்ந்துபோய்க் குழைந்துகுழைந்து பேசிக்கொண்டி ருந்தது அப்பட்டமாகப் புலப்பட்டது. அவளும் தன் கண்களில் நீர் மல்க... ஆனந்தப் பரவசத்தோடு அவன் பேசுவதைக் கேட்டுக் கொண்டிருந்தாள். அந்தச் சிறுமியின் தந்தையும் புன்னகை செய்தபடி இருந்தார். இவ்வாறு எல்லோரும் குதூகலத்துடன் இருந்ததைக் கண்டு விருந்தை ஏற்பாடு செய்தவரும் மகிழ்ச்சியடைந்தார். அங்கே கூடியிருந்த எல்லா விருந்தாளிகளுமே அந்தப் பேச்சில் ஆர்வம் காட்டத் தொடங்கிவிட்டிருந்தனர். அந்த உரையாடலுக்கு எந்த வகையான இடைஞ்சலும் இருக்கக் கூடாது என்பதற்காகவே அவர்கள் அங்கே விளையாடிக்கொண்டிருந்த குழந்தைகளிடமும் கூடத் தங்கள் விளையாட்டுகளை நிறுத்துமாறு சொல்லிவிட்டனர்.

ஜூலியன் மேஸ்டகோவிச்சின் பேச்சு தன் நெஞ்சின் ஆழத் தையே தொட்டுவிட்டதால் அவன் தன் மேன்மையான வருகையால் தங்கள் வீட்டை கௌரவப்படுத்த வேண்டும் என்று அந்தச் சிறுமி யின் தாய் அவனிடம் எப்படி மிகுந்த அன்போடு கேட்டுக் கொண்டாள் என்பதையும், அவனும் கள்ளம் கபடமே இல்லாத வனைப் போன்ற பாவனையுடன் அந்த அழைப்பை எவ்வாறு ஏற்றுக் கொண்டான் என்பதையும், அங்கே வந்திருந்த பிற விருந்தாளிக ளெல்லாம் அவரவர் சமூகத் தகுதிக்கு ஏற்ற வகையில் அந்தக் குத்தகைக்காரருக்கும், அவரின் மனைவிக்கும், அந்தச் சிறுமிக்கும்... எல்லாவற்றுக்கும் மேலாக ஜூலியன் மேஸ்டகோவிச்சுக்கும்

பாராட்டுச் சொல்ல எப்படியெல்லாம் முண்டியடித்தார்கள் என்பது பற்றியும் நான் பிற்பாடு கேள்விப்பட்டேன்.

" 'அந்த'ப் பெரிய மனிதனுக்குக் கல்யாணமாகிவிட்டதா..?" என்று ஜூலியன் மேஸ்டகோவிச்சுக்கு மிக அருகில் நின்றுகொண்டிருந்த எனக்குத் தெரிந்த ஒரு நபரிடம் நான் சற்று உரத்த குரலில் கேட்டேன். உடனே ஜூலியன் மேஸ்டகோவிச் என்னைத் திரும்பிப் பார்த்து சந்தேகத்தோடும் வன்மத்தோடும் கூடிய பார்வை ஒன்றை என் மீது படர விட்டான்.

"இல்லை... இன்னும் திருமணமாகவில்லை" என்று என் கேள்விக்குப் பதிலளித்தார் நண்பர். அப்படிப்பட்ட பேச்சினால் நாகரிகமான நடத்தை நெறிகளை நான் உடைத்துப் போட்டதில் அவர் சற்று அதிர்ச்சி அடைந்திருந்ததைப் போலத் தோன்றியது. ஆனால்... அதைப் பற்றித் தெரிந்தே... வேண்டுமென்றேதான் நான் அப்படிச் செய்திருந்தேன்.

சமீபத்தில் சில நாட்களுக்கு முன் நான் ஒரு தேவாலயத்தைத் தாண்டிச் சென்றபோது, அங்கே இருந்த பெரிய கூட்டத்தையும், ஆலயத்தின் முன்பு நிறுத்தப்பட்டிருந்த நிறைய வண்டிகளையும் கண்டு வியப்படைந்தேன். என்னைச் சுற்றியிருந்த எல்லோரும் ஏதோ ஒரு திருமணத்தைப் பற்றிப் பேசிக்கொண்டிருந்தார்கள்.

அந்த நாள் மேகமூட்டத்துடன் கூடியதாக இருந்தது. இலேசான தூறல் தொடங்கிவிட்டதால் நானும் கூட்டத்தைப் பின் தொடர்ந்து ஆலயத்துக்குள் சென்றேன். அங்கே அந்த மணமகனையும் பார்த்தேன். கட்டை குட்டையாகக் குள்ள வடிவம் கொண்ட மொழு மொழுப்பான அந்த மனிதன் சற்றே பிதுங்கிக்கொண்டிருந்த தொந்தியுடன் இருந்தான். அளவுக்கு அதிகமான ஒப்பனைகளுடனும் அலங்காரத்துடனும் காணப்பட்ட அவன், ஒரு நிமிடம்கூட உட்காராமல் கோயிலுக்குள் அங்குமிங்கும் ஓடியபடி எல்லா ஏற்பாடுகளையும் கவனித்துக்கொண்டு உத்தரவு பிறப்பித்துக்கொண்டிருந்தான்.

கடைசியாக... மணமகள் வந்துவிட்டாள் என்ற தகவல் கூட்டத்தில் பரவ... நானும் அந்த ஜனக் கூட்டத்திற்குள் முண்டியடித்துக்கொண்டு அபூர்வமான அழகு படைத்த அந்தப் பெண்ணைப் பார்த்தேன்.

தனது வாழ்வின் வசந்தகாலம் தொடங்கவிருந்த அந்தத் தருணத்தில் அழகான அந்தப் பெண் தன் முகமெல்லாம் வெளிறிப்

போய்... வருத்தத்தோடு காணப்பட்டாள். தன்னைச் சுற்றிலும் நடந்துகொண்டிருப்பதை எந்த ஆர்வமும் இல்லாமல் வெற்றுப் பார்வையுடன் வெறித்துப் பார்த்துக்கொண்டிருந்தாள் அவள். சற்று முன்பு அவள் அழுதிருக்க வேண்டும் என்றும், அவளது கண்கள் சிவந்திருப்பதற்கு அதுவே காரணம் என்றும் எனக்குத் தோன்றியது. அவளது முகத்தில் படிந்திருந்த தீவிரமான பாவனை, அவளது அழகுக்கு மேலும் புனிதத்தையும் கண்ணியத்தையும் சேர்த்துக் கொண்டிருந்தது. அந்தத் தீவிரமான பாவனை, கௌரவமான தோற்றம், துயரமான பார்வை... இவைகளுக்கு இடையிலும்கூடக் குழந்தைப் பருவத்தின் அப்பாவித்தனமான சாயல் இன்னும்கூட ஒரு மின்னல் கீற்றாக அவளிடம் பளிச்சிட்டுக்கொண்டிருந்ததை என்னால் பார்க்க முடிந்தது. நம்ப முடியாத அளவு பரிசுத்தமான ஒரு குழந்தையைப் போலவும், திருமணப் பருவத்தை இன்னும் எட்டியிருக்காத இளமையும் மென்மையும் கொண்டவளாகவும் அவள் என் கண்ணுக்குத் தென்பட்டாள். மேலும், கள்ளம் கபடமற்ற அந்தப் பிஞ்சுப் பெண்ணின் கண்கள்... தனக்குக் கருணை காட்டுமாறு வார்த்தைகளின்றி மௌனமாக மென்மையாக யாசித்துக்கொண்டிருப்பதைப் போலவும் எனக்குத் தோன்றியது.

அவளுக்குப் பதினாறு வயதுதான் முடிந்திருக்கிறது என்று அங்கே கூடியிருந்த மக்கள் பேசிக்கொண்டார்கள். மணமகனைச் சற்று கவனமாகப் பார்த்தபோதுதான் அது ஜூலியன் மேஸ்டகோவிச் என்பதை நான் இனம் கண்டுகொண்டேன்; முன்பு பார்த்ததற்குப் பிறகு கடந்த ஐந்து வருடங்களில் அவனை நான் பார்க்கவே இல்லை. பிறகு... அந்தப் பெண்ணையும் பார்த்தேன்... ஐயோ.. கடவுளே..!

கூட்டத்திற்குள் நகர்ந்து போக வழியை ஏற்படுத்திக்கொண்ட நான்... கதவை நோக்கி வேகமாக நடந்து செல்ல ஆரம்பித்தேன். அந்த மணமகள் பெரும் சொத்துக்கு வாரிசு என்றும், அவளுக்குச் சீர்வரிசையாகத் தரப்பட்ட தொகையின் மதிப்பு ஐநூறாயிரம் ரூபிள்கள் என்றும், அதற்கு மேல் அவளது ஆடை ஆபரணங் களுக்காக எவ்வளவு பணம் செலவழிக்கப்பட்டிருக்கும் என்பதைச் சொல்ல வேண்டிய தேவையே இல்லை என்றும் அந்தக் கூட்டத்தில் இருந்தவர்கள் பேசிக்கொண்டார்கள்.

"அவன் மிகவும் துல்லியமாகத்தான் கணக்குப் போட்டிருக் கிறான்" என்று எண்ணியபடியே வீதியில் இறங்கி நடக்க ஆரம்பித் தேன் நான்.

●

நேர்மையான திருடன்

ஒரு நாள் காலையில் நான் அலுவலகத்துக்குக் கிளம்பிக் கொண்டிருந்தபோது என் சமையற்காரியும் துணி துவைப்பவளும் வீட்டைப் பராமரிப்பவளுமான அக்ரஃபேனா எனது அறைக்கு வந்தாள். எனக்கு ஆச்சரியத்தை ஏற்படுத்தும் முறையில் என்னோடு பேசவும் தொடங்கிவிட்டாள். மிக மிக எளிமையான சாமானிய மான பெண்ணான அவள், இன்று காலை இந்த நேரம் வரை என்னோடு அதிகம் பேசியதே இல்லை. கடந்த ஆறு ஆண்டுகளில் ஒவ்வொரு நாளும் என் இரவு உணவைப்பற்றி ஒருசில வார்த்தைகள் பேசியதைத் தவிர வேறு எதையுமே என்னிடம் அவள் பேசியதில்லை. அவள் வேறு எதையாவது பற்றிப் பேசி நான் கேட்டதும் இல்லை.

"உங்களிடம் ஒன்று சொல்ல வேண்டும் ஐயா..." என்றபடி திடீரென்று பேச்சைத் தொடங்கினாள் அவள்.

"அந்தச் சிறிய அறையை நீங்கள் ஏன் வாடகைக்கு விடக்கூடாது?" என்றாள்.

"எந்தச் சிறிய அறை?"

"என்ன ஐயா இது, ஒன்றும் தெரியாதது போலக் கேட்கிறீர் களே? அதுதான்... அந்தச் சமையல் அறையை ஒட்டினாற்போல இருக்கிறதே அந்த அறைதான்."

"எதற்காக விட வேண்டும்."

"எதற்காகவா...? ஏதோ உங்களுக்கு எதுவுமே தெரியாதது மாதிரி கேட்கிறீர்களே...? மற்ற எல்லாரும் தங்கள் அறைகளை வாடகைக்கு விட்டுக்கொண்டுதானே இருக்கிறார்கள்."

"ஆனால்... அந்த அறையைப் போய் யார் வாடகைக்கு எடுத்துக்கொள்ளப்போகிறார்கள்."

"யார் எடுத்துக்கொள்வார்களா...? என்ன ஐயா இது? உங்களுக்குத் தெரியாதா என்ன...? யாருக்கு வாடகைக்கு வீடு தேவையோ அவன்தான் அதை எடுத்துக்கொள்வான்."

"அதெல்லாம் இருக்கட்டும் பெண்ணே...! ஆனால் அந்த மாதிரி ஒரு எலிப்பொந்தில் இருக்க யார்தான் ஆசைப்படுவார்கள்? அதுவோ பெட்டிமாதிரி இருக்கிற ஒரு அறை. அங்கே ஒரு படுக்கை யைப் போடக்கூட முடியுமா என்பது எனக்கு சந்தேகம்தான்.

தமிழில் : எம்.ஏ. சுசீலா ● 25

அப்படியே ஒருவேளை அதைப் போட்டுவிட்டாலும் அப்புறம் அதற்குள் நடமாடத் துளிக்கூட இடம் இருக்காது."

"ஐயா... அங்கே வசிக்க வேண்டுமென்ற விருப்பமெல்லாம் யாருக்கும் இல்லை. அவனுக்கு வேண்டியதெல்லாம் படுத்துத் தூங்க ஒரு இடம் மட்டும்தான். ஜன்னல் திண்ணையில்கூட அவன் குடியிருந்துவிடுவான்!"

"எந்த ஜன்னல் திண்ணை?"

"என்ன ஐயா இது? மறுபடியும் எதுவுமே தெரியாதது போலக் கேட்கிறீர்களே? அந்த வழிநடையில் இருக்கிறதே அந்தத் திண்ணை தான். அவன் அங்கே உட்கார்ந்துகொள்வான்; தையல் வேலை செய்வான்; இன்னும் என்னென்ன விருப்பமோ அதையெல்லாம் செய்வான். அவன் விரும்பினால் ஒரு நாற்காலியில்கூட உட்கார்ந்து கொள்ளட்டும். அவனிடம் ஒரு மேஜையும் நாற்காலியும்கூட இருக் கின்றன. அவன் எல்லாமே வைத்திருக்கிறான் ஐயா..."

"அதெல்லாம் சரி... யார் அவன்?"

"ஐயா! அவன் ஒரு நல்ல மனிதன்! தன் வாழ்நாளில் நிறைய அனுபவங்களைப் பெற்றிருப்பவன். அவன் தங்கிக்கொள்வதற்கும் சாப்பாட்டுக்குமாகச் சேர்த்து மாதம் பத்து ரூபிள் மட்டுமே வாங்கு வதாக இருக்கிறேன்."

என் பொறுமை அளவு கடந்து சோதிக்கப்பட்ட பிறகு, யாரோ ஒரு வயதான மனிதன் அக்ரஃபேனாவின் சாப்பாட்டுக்கு வாடிக்கையாளராக வருவதற்கு எப்படியோ அவளைத் தூண்டி அனுமதியும் பெற்றுவிட்டான் என்பதை நான் புரிந்துகொண்டேன்.

ஏதாவது ஒன்றைச் செய்யவேண்டும் என்பது அக்ரஃபேனா வின் மண்டைக்குள் ஏறிவிட்டால் அதை உடனே செய்து முடிக் காமல் அவள் என்னை நிம்மதியாக விடமாட்டாள் என்பதையும் இப்போது நான் நன்றாக விளங்கிக்கொண்டேன். தன் விருப்பத்துக்கு மாறாக ஏதாவது இருந்துவிட்டால் போதும், உடனே அவள் உற்சாகம் குன்றிப்போய்விடுவாள். ஏதோ மோசமான ஒரு துயரத்தின் பிடியில் அகப்பட்டவள் போல இருப்பாள்; அது இரண்டு மூன்று வாரம்கூட நீடிக்கும். அப்படிப்பட்ட நேரங்களி லெல்லாம் என் இரவு உணவு வாயில் வைக்க முடியாதபடி இருக்கும்; என் தரை சுத்தம் செய்யப்பட்டிருக்காது; குளியலறையில் எனக்கு மிகவும் அத்தியாவசியமாகத் தேவைப்படும் பொருட்கள்கூட எங்கோ மாயமாய்ப்போயிருக்கும். சுருக்கமாகச் சொன்னால் துரதிருஷ்டமான விபத்துகள் பலவும் நிறைந்த நீண்டதொரு அத்தியாயமாக என் வாழ்க்கை அப்போது மாறிவிட்டிருக்கும். வாயில்லாப்பூச்சியான இந்தப் பெண் சுயசிந்தனை இல்லாதவளாக எதைப்பற்றியுமே சிந்திக்க

அறியாதவளாக இருப்பதைப் பல காலமாக நான் பார்த்து வந்திருக்கிறேன். ஆனால், தப்பித்தவறி ஏதாவது ஒரு யோசனையோ திட்டமோ அவளது சின்ன மூளையில் உதித்துவிட்டால் போதும், அதை உடனடியாகச் செயல்படுத்திவிட வேண்டுமென்று அவள் துடிப்பதைத் தடுப்பது, சில காலம் அவளை ஜீவிக்க விடாமல் செய்வது எத்தனை கடினமோ அவ்வளவு கடினமானது.

நிலைமை அப்படி இருந்ததாலும், இந்த உலகத்திலுள்ள வேறு எதைவிடவும் என் மன நிம்மதியை மட்டுமே நான் பெரிதும் விரும்பியதாலும் குடித்தனக்காரனுக்கு இடம் தர வேண்டுமென்ற அக்ரஃபேனாவின் கோரிக்கைக்கு உடனே ஒப்புதல் தந்தேன்.

"சரி... இப்போது இதைச்சொல். அவனிடம் சான்று ஆவணம் ஏதாவது இருக்கிறதா...? பாஸ்போர்ட்டோ... அல்லது அந்த மாதிரி வேறு ஏதாவதோ..."

"இருக்கும் ஐயா, இருக்கும். நிச்சயமாக அவனிடம் இருக்கும். நான் உங்களிடம் ஏற்கனவே சொன்னதைப்போல அவன் ஒரு நல்ல மனிதன், அனுபவசாலி, மாதம் பத்து ரூபிள் தருவதாய் வாக்குக் கொடுத்திருக்கிறான்."

அதற்கு மறுநாளே என் எளிய பிரம்மச்சாரிக் குடியிருப்பில் தங்க வந்துவிட்டான் அந்தக் குடித்தனக்காரன். அதற்காக நான் மிகவும் வருத்தப்பட்டேன் என்றெல்லாம் சொல்ல முடியாது; நேர் மாறாக என் அடிநெஞ்சில் கொஞ்சம் திருப்தியாகக்கூட இருந்தது. சொல்லப்போனால் நான் மிகவும் தனிமையான ஒரு வாழ்க்கையைத் தான் வாழ்ந்துகொண்டிருந்தேன். துறவியைப்போன்ற ஒரு வாழ்க்கை! எனக்குப் பேச்சுத்துணைக்கென்று யாரும் இல்லை; நான் வெளியே செல்வதும் அபூர்வம்தான். உலகத்திலிருந்து என்னை முழுமையாகத் துண்டித்துக்கொண்டபடி பத்து ஆண்டுகள் வாழ்ந்த பிறகு தனியாக இருப்பதென்பது எனக்கு இயல்பாகவே பழகிப்போய் விட்டிருந்தது.

ஆனாலும் இன்னும் பத்து பதினைந்து ஆண்டுக்காலமோ அதற்கும் மேலாகவோ... இதேபோல ஒரு தனிமையான வாழ்வை இதே அக்ரஃபேனாவின் துணையுடன் இதே பிரம்மச்சாரிக் குடியிருப்பில் நடத்துவதென்பது எனக்கு வரவேற்கத்தக்கதாகத் தோன்றவில்லை. அதனால்... இப்படி ஒரு சூழ்நிலையில்... இன்னொரு மனிதனின் அதிலும் அமைதியான நடத்தை கொண்ட இன்னொருவனின் வரவு எனக்கு உண்மையிலேயே ஒரு வரமாகப் பட்டது.

அக்ரஃபேனா என்னை ஏமாற்றிவிடவில்லை; என்னிடம் வாடகைக்கு வந்தவன் நிறைய உலக அனுபவம் கொண்டவனாகவே

இருந்தான். அவனிடமிருந்த பாஸ்போர்ட் அவன் ஒரு முன்னாள் ராணுவ வீரன் என்பதைத் தெளிவுபடுத்தியது. ஆனாலும் அதைப் பிரித்துப் பார்ப்பதற்கு முன்பே நான் அதைத் தெரிந்துகொண்டு விட்டேன். ஒரு மனிதனைப்பற்றி ஒரு பார்வையிலேயே தெரிந்து கொண்டுவிடலாம்.

என்னிடம் குடிவந்த அஸ்தாஃபி இவானோவிச் ஒரு முன்னாள் ராணுவ வீரனுக்கு ஏற்ற நேர்த்தியான குணங்களோடு இருந்தான்; இங்கே அவன் வந்து சேர்ந்தது என் அதிர்ஷ்டம்தான். எனக்கு அவனிடம் ரொம்பவும் பிடித்தது அவ்வப்போது அவன் சொல்லும் கதைகள்தான்...! உண்மையிலேயே மிக நல்ல கதைகள், பெரும் பாலும் அவனுடைய சொந்த வாழ்க்கையில் நிகழ்ந்த அனுபவங் களாகவே அவை இருக்கும். அலுப்பும் சலிப்புமான ஒரு வாழ்க் கையை வாழ்ந்துகொண்டிருந்த எனக்கு அப்படிப்பட்ட கதை சொல்லி கிடைத்தது, உண்மையிலேயே ஒரு புதையலைக் கண்டது போலத்தான் இருந்தது.

அவன் சொன்ன கதைகளில் என் உள்ளத்தில் மிகவும் ஆழமான பாதிப்பை ஏற்படுத்திய ஒன்று உண்டு.

தொடர்ந்து வரும் ஒரு சூழ்நிலையில்தான் அந்தக் கதையாடல் நிகழ்ந்தது.

அப்போது என் குடியிருப்பில் நான் மட்டுமே இருந்தேன்; அக்ரஃபேனாவும் அஸ்தாஃபியும் தங்கள் வேலை நிமித்தமாக வெளியே போயிருந்தார்கள். திடீரென்று யாரோ உள்ளே வருவது போல சத்தம் கேட்டது. யாராவது வெளியாளாக இருக்கலாம் என்று எண்ணிய நான் அது யாரென்று பார்க்க அறையை விட்டு வெளியே வந்தேன். நிஜமாகவே அது அறிமுகமில்லாத ஒரு ஆள்தான்; குட்டையாக இருந்த அவன், மிகவும் குளிரான அந்த இலையுதிர் நாளிலும்கூட மேல்கோட்டு அணிந்துகொள்ளாமல் இருந்தான்.

“உனக்கு என்ன வேண்டும்?”

“அலெக்ஸாண்ட்ரோவ் என்ற பெயரில் யாராவது ஒரு அரசு ஊழியர் இங்கே வசிக்கிறாரா?”

“இல்லையே! அந்தப் பெயருடன் இங்கு யாரும் இல்லை” என்று பதில் சொன்னபடி சட்டென்று அவனை அனுப்பி வைக்க முனைந் தேன்.

“அதிசயமாகத்தான் இருக்கிறது...” என்று சொன்னபடியே கதவருகே கவனமாகப் பின்வாங்கிச்சென்ற அவன்,

“ஆனால், அவன் இங்கேதான் இருப்பதாக இந்த வீட்டைப் பராமரிப்பவர் என்னிடம் சொன்னாரே?”

“முதலில் போ வெளியே... ம்... போகிறாயா இல்லையா?” என்று அவனை விரட்டியடித்துவிட்டேன்.

மறுநாள் இரவு உணவுக்குப்பிறகு என் கோட்டைச் சற்று சரிப் படுத்தித் தைத்துக்கொண்டிருந்தான் அஸ்தாஃபி. அப்போது வழி நடையில் யாரோ நிற்பதைப் பார்த்து நான் இலேசாகக் கதவைத் திறந்தேன். நேற்று வந்த அதே ஆள் சடாரென்று உள்ளே நுழைந்து கோட்ஸ்டாண்டில் தொங்கிக்கொண்டிருந்த என் சிறிய குளிர்காலக் கோட்டை என் கண் முன்பாகவே உருவியெடுத்துத் தன் தோள் பட்டைக்கடியில் வைத்துக்கொண்டபடி என் குடியிருப்பை விட்டுச் சிட்டாக மறைந்துவிட்டான்.

அக்ரஃபேனா ஆச்சரியத்தில் ஊமையாகிவிட்டிருந்தாள். அவனை வெறித்துப் பார்த்துக்கொண்டிருந்ததைத் தவிர என் பொருளைக் காப்பாற்ற அவள் தன் சுண்டுவிரலைக்கூட உயர்த்த வில்லை. திருடனை விரட்டிக்கொண்டு ஓடிய அஸ்தாஃபி இவா னோவிச் பத்து நிமிடம் கழித்து மூச்சுவாங்கியபடி வெறுங் கையோடு திரும்பி வந்தான். அந்த ஆள் அதற்குள் எங்கோ காற் றாய்ப் பறந்திருந்தான்.

“ஒரு சின்ன நஷ்டத்தோடு தொலைந்தது அஸ்தாஃபி இவானோவிச்” என்றேன் நான்.

“நல்ல வேளை... குளிர்காலத்தில் அணிந்துகொள்ளும் மேலங்கி என்னிடம் இருக்கிறது... இல்லாவிட்டால் அந்த வில்லன் என்னை முழுமையாக உரித்தெடுத்திருப்பான்.”

ஆனால், நடந்து முடிந்த அந்த விஷயத்தால் அஸ்தாஃபி மிகவும் பாதிக்கப்பட்டிருந்தான். அவனோடு ஒப்புநோக்கும்போது எனக்கேற்பட்ட நஷ்டத்தையே நான் மறந்துவிட்டேனென்றுதான் சொல்ல வேண்டும். ஆனால், அவனால் அதிலிருந்து வெளியே வரவே முடியவில்லை. தான் பார்த்துக்கொண்டிருந்த வேலையை நிமிடத்துக்கொரு தரம் தூக்கிப்போட்டுவிட்டு அந்தச் சம்பவம் எப்படி நடந்தது என்பது பற்றிப் பேச ஆரம்பித்துவிடுவான் அவன். அந்த ஆளிடமிருந்து சில அடி தொலைவிலேயே தான் நின்று கொண்டிருந்தபோதும் அவன் தன் கண்ணுக்கு முன்னாலேயே அந்தக் கோட்டைப் பறித்தது பற்றியும் தன்னால் அவனைப் பிடிக்க முடியாமல் போனதைப் பற்றியும் அவன் அங்கலாய்த்துக்கொண் டிருப்பான். பிறகு மறுபடியும் தன் வேலையில் உட்காருவான்... ஆனால், ஒரே ஒரு நிமிடம்தான்... பிறகு அதை விட்டுவிட்டுக் கீழே இறங்கிச் செல்பவன், அங்கிருக்கும் காவலாளியிடம் நடந்த எல்லாவற்றையும் சொல்லுவான். அப்படிப்பட்ட காரியம் அந்த வீட்டில் நடக்க இடம் தந்ததற்காக அவனிடம் சண்டை பிடிப்பான்.

அங்கிருந்து திரும்பி வந்து அக்ரஃபேனாவிடம் அதுகுறித்துச் சொற் பொழிவாற்ற ஆரம்பித்துவிடுவான். கடைசியில் ஒருவழியாகத் தன் வேலையில் உட்கார்ந்த பிறகும் அதெல்லாம் எப்படி நடந்தது என்பதை வெகு நேரம் தனக்குத்தானே முணுமுணுத்துக்கொண் டிருப்பான்.

அந்தத் திருடனிடமிருந்து சில அடி தொலைவிலேயே நானும் அவனும் இருந்தது... கண்ணுக்கு முன்னாலேயே அவன் அந்தக் கோட்டைப் பறித்தது... இன்னும்... இன்னும் என்னென்னவோ சொல்லிப் புலம்பிக்கொண்டிருப்பான். அஸ்தாஃபி தன் சொந்த வேலையில் கெட்டிக்காரன்தான்; ஆனால், இப்படி ஏதாவது நடந்து விட்டால் போதும்... பயங்கரமாய் சோர்ந்து போய்விடுவான்; பொழு தெல்லாம் அதைப்பற்றியே அலுக்காமல் பேசிக்கொண்டிருப்பான்.

அஸ்தாஃபியுடன் சேர்ந்து தேநீர் அருந்திக்கொண்டிருந்த மாலைப் பொழுதொன்றில்:

"நாம்தான் முட்டாளாகிப்போனோம் அஸ்தாஃபி" என்றேன்...

கோட்டு திருட்டுப்போன கதையை மறுபடி ஒரு தரம் சொல்லு மாறு அவனைத் தூண்டிவிடுவதன் மூலம் வழக்கமான சலிப்பைப் போக்கிக்கொண்டு, கொஞ்சநேரம் சுவாரசியமாகக் கழிக்க நான் ஆசைப்பட்டேன். அவன் அதைத் திரும்பத் திரும்பச் சொல்லிக் கொண்டே இருந்ததாலும், அவனது ஆதங்கம் உண்மையாக இருந்த தாலும் எனக்கு அந்தக் கதை மிகுந்த சுவாரசியம் அளிப்பதாக மாறிவிட்டிருந்தது.

"ஆமாம் சார்... உண்மைதான்... நாம் முட்டாளாகித்தான் போனோம்" என்றான் அஸ்தாஃபி இவானோவிச்.

"கொஞ்சம் யோசித்துப் பாருங்கள்... அதற்கும் எனக்கும் சம்பந்தமே இல்லைதான்... ஆனாலும் என்னால் அதற்காக வருத்தப் படாமலிருக்க முடியவில்லை. திருட்டுப்போனது என்னுடைய கோட் இல்லைதான்... ஆனாலும் அதை நினைத்தால் என் ரத்தம் கொதிக் கிறது சார். என் புத்திக்கு எட்டிய வரை ஒரு திருடனைவிட மோச மான வில்லன் இந்த உலகத்தில் வேறு யாருமே இல்லை. நம்மிட முள்ள பொருள்களை எடுத்துக்கொண்டு போய்விட்டுத் திருப்பியும் தராமல், விலையும் கொடுக்காமல் இருக்கும் மனிதர்களைப்பற்றி எனக்குத் தெரியும்... ஆனால், இந்தத் திருடன் இருக்கிறானே... அவன் நம் கைகளின் உழைப்பை, நம் நெற்றியிலிருந்து வடியும் வியர்வையை, ஏன், அதற்காக நாம் செலவழித்திருக்கிற நேரத்தைக்கூடத் திருடு பவன்... அவன் ஒரு அருவருப்பான பிறவி சார்...! அவனைப்பற்றிப் பேசினாலே ரத்தம் கொதிக்கிறது... அது இருக்கட்டும் சார்... உங்களிடம் ஒன்று கேட்க வேண்டும், அது தவறானால்

மன்னித்துக்கொள்ளுங்கள்... இப்போது தொலைந்துபோயிருப்பதோ உங்களுடைய பொருள்... ஆனால், உங்களைப் பார்த்தால் அதைப்பற்றி அதிகம் கவலைப்படாதவரைப் போலத் தெரிகிறதே."

"நீ சொன்னது சரிதான் அஸ்தாஃபி ! நம்மைக் குழப்பியடிக்கும் ஒரு தொந்தரவுதான் திருட்டு! இப்படி... திருட்டுக்கொடுப்பதைவிட என் சாமான்களையெல்லாம் எரித்துவிட்டால்கூடத் தேவலை போலிருக்கிறது."

"தொந்தரவு என்னவோ நிஜம்தான் சார்... ஆனாலும் இங்கே நிறைய திருடர்கள் இருக்கிறார்கள் என்பதை எப்போதும் கவனத்தில் வைத்துக்கொள்ளுங்கள். ஒருமுறை நேர்மையான திருடன் ஒருவனைக்கூட நான் சந்தித்திருக்கிறேன்... அது எனக்கு நன்றாக நினைவிருக்கிறது."

"என்னது, நேர்மையான திருடனா...? ஒருவன் ஒரே நேரத்தில் நேர்மையானவனாகவும் திருடனாகவும் எப்படி இருக்க முடியும்?"

"நீங்கள் சொல்வது உண்மைதான் சார். நேர்மையான திருடர்கள் என்று யாரும் இல்லை; இதுவரை அப்படி யாரும் இருந்ததும் இல்லை. ஆனால் நான் குறிப்பிட்ட அந்த மனிதன் திருடினாலும் கூட ஓரளவு உண்மையானவனாகவும் இருந்தான் என்பதே நான் சொல்ல வருவது. சே... அவனைப்பற்றி யோசிக்கும்போதெல்லாம் என்னால் வருத்தப்படாமல் இருக்க முடிவதில்லை."

"என்ன நடந்தது அஸ்தாஃபி?"

"அது நடந்து இரண்டு வருடங்கள் ஆகிவிட்டது சார்...

அந்தச் சமயம் கிட்டத்தட்ட ஒரு வருடம் போல நான் வேலை எதுவும் இல்லாமல் இருந்தேன். என் வேலை போவதற்குக் கொஞ்சம் முன்னால் தற்செயலாக அந்த மனிதனை ஒரு மதுக்கடையில் சந்தித்தேன். நான் பார்த்தபோது நிலை தெரியாத அளவுக்குக் குடித்திருந்தான் அவன். பயங்கரமான குடிகாரனாகவும் பொறுக்கியாகவும் ஊர்சுற்றியாகவும் இருந்த அவன், அரசாங்க அலுவலகம் ஒன்றில் குமாஸ்தாவாக இருந்தவன். குடிப்பழக்கத்தின் காரணமாக வெகு நாட்களுக்கு முன்பே அவனை வேலையை விட்டு அனுப்பிவிட்டார்கள். கடவுளே! பார்ப்பதற்குத்தான் எத்தனை கோரமாக இருந்தான் அவன்...? கந்தல் ஆடைகளோடு சுற்றித் திரிந்துகொண்டிருப்பான்; கோட்டுக்குக் கீழே சட்டை போட்டுக்கொண்டிருந்தானா என்பது கூட எனக்கு சந்தேகம்தான். கையில் ஏதாவது காசு கிடைத்தால் போதும், உடனே குடித்துத் தீர்த்துவிடுவான். ஆனால், குடிபோதையில் கூச்சல் போட்டு ஆரவாரம் செய்யும் ரகத்தைச் சேர்ந்தவன் இல்லை அவன்.

இல்லை சார்... அவன் அந்த மாதிரியெல்லாம் இல்லை, மிகமிக அமைதியானவன், அன்பும் நாகரிகமும் கொண்டவன், இயல்பாகவே கூச்ச சுபாவம் கொண்டவன் என்பதால் தானாக யாரிடமும் போய் எதையும் கேட்க மாட்டான். ஆனால், பாவப்பட்ட அந்த மனிதன் குடிப்பதற்காக எப்படித் தவித்துக்கொண்டிருந்தான் என்பது எனக்குத் தெரிந்திருந்ததால் நான் சற்று உதவினேன். அதன் பிறகு நாங்கள் இருவரும் நல்ல நண்பர்களாகிவிட்டோம். சொல்லப்போனால் அவன்தான் என்னிடம் அதிகமாக ஒட்டிக்கொண்டான். சரி... அது எப்படி இருந்தால்தான் என்ன...? அவன் எப்படி ஒரு வேடிக்கையான ஆள் தெரியுமா சார்...?

நான் அவனைச் சந்தித்தது ஒரே ஒரு தடவைதான். ஆனால், அதற்கப்புறம் ஒரு நாய்க்குட்டியைப்போல என்னோடு ஒட்டிக் கொண்டு நான் எங்கே போனாலும் என்னைத் தொடர்ந்தபடி பின்னாலேயே வந்துகொண்டிருந்தான் அவன். அவனுக்கென்று தனிப்பட்ட எந்தக் குணமும் இல்லை, குப்பைகூளம் போன்ற ஒரு மனிதன் அவன்!

முதலில் ஒரு இரவுப்பொழுது மட்டும் என்னோடு தங்கிக் கொள்ள அனுமதிக்குமாறு கேட்டான். நானும் சம்மதித்தேன். ஆனாலும்கூட அவன் வைத்திருந்த பாஸ்போர்ட்டை ஒரு பார்வை பார்த்தபிறகுதான், அதில் தவறாக ஏதும் இல்லை; அவனைப்பற்றிய விஷயங்களெல்லாம் சரிதான். மறுநாள் மீண்டும் என்னோடு தங்க விரும்புவதாகச் சொன்னான். அதற்கு அடுத்த நாளும் என் வீட்டுக்கு வந்து பகல் நேரம் முழுவதையும் ஜன்னல்திட்டிலேயே கழித்தான். அன்று இரவும் தங்கினான்.

'கடவுளே! இனி என்ன செய்வேன்... இதற்கு மேல் அவனை வெளியேற்றவும் முடியாது, அவன் சாப்பிட, குடிக்க, படுக்க என்று எல்லாவற்றுக்கும் நான்தான் ஏற்பாடு செய்து தரவேண்டியிருக்கும், அதற்கு என்ன செய்வது' என்று எனக்குள் எண்ணிக்கொண்டேன்.

ஒரு ஏழைக்கு வந்து வாய்த்த விதி சார் அது! நான் சாப்பிடு வதற்கே ஏதுமில்லை... இப்போதோ முன்பின் தெரியாத எவனோ ஒருவன் என் முதுகின் மீது வந்து உட்கார்ந்துகொண்டிருக்கிறான். அறிமுகமே இல்லாத ஒருவனை அண்டியபடி வாழ்க்கை நடத்துவது அவனுக்கு இது முதல் முறை இல்லை. சாராயக்கடையில் என்னை எதிர்ப்படுவதற்கு முன்பு அவன் ஒரு குமாஸ்தாவுடன் காலம் கழித்து வந்தான். அவர்கள் இருவரும் ஒன்றாக வெளியில் சென்று குடிப் பதும் உண்டு. எடுத்த உடனேயே மூச்சுமுட்டக் குடித்துவிடுவான் என்பதால் இந்தப் பாவப்பட்ட மனிதன் மட்டுமே ஏதோ சிக்கலில் மாட்டிக்கொண்டான் போலிருக்கிறது.

சார்! நான் பேசிக்கொண்டிருக்கும் அந்த மனிதனின் பெயர் யெமிலியான் இலிச்.

அவனை என்ன செய்வது என்பது தெரியாமல் நான் என் மண்டையைப் போட்டு உடைத்துக்கொண்டிருந்தேன். அவனைக் கழுத்தைப் பிடித்து வெளியே தள்ளவும் எனக்கு மனம் வரவில்லை. பரிதாபகரமான அந்தப் பிச்சைக்காரன் மீது எனக்கு மிகுந்த இரக்க உணர்வு ஏற்பட்டிருந்தது. அத்தனை மோசமான சீரழிவுக்கு ஆட்பட்ட ஒரு மனிதனை நீங்கள் கற்பனையில்கூடப் பார்க்க முடியாது சார்... ஒரு வார்த்தைகூடப் பேசாமல், என்ன வேண்டுமென்றும் வாய்திறந்து கேட்காமல், ஒரு நாயைப்போல என் கண்களை மட்டுமே வெறித்துப் பார்த்தபடி அப்படியே உட்கார்ந்திருப்பான். குடிப்பழக்கம் என்பது ஒரு மனிதனை அப்படி ஆக்கிவிடுகிறது சார்...! அவனிடம் போய் என்ன சொல்வதென்று தெரியாமல் நானும் திகைத்துக்கொண்டிருந்தேன்.

'இதோ பார் யெமிலியான்... நீ இங்கேயிருந்து போய்விடுவது தான் நல்லது. இங்கே உனக்கு இடம் இல்லை. நீ தவறான ஒரு ஆளிடம் வந்து சேர்ந்திருக்கிறாய். இன்னும் கொஞ்ச நாளான பிறகு எனக்குச் சாப்பிடவே எதுவும் இருக்காது. அந்த நிலையில் உன்னை வைத்துப் பராமரிக்க வேண்டும் என்று நீ எப்படி என்னை எதிர்பார்க்க முடியும்...' இப்படியெல்லாம் மனதுக்குள் நினைத்தாலும் அவனிடம் வெளிப்படையாகச் சொல்ல என்னால் முடியவில்லை.

அப்படி ஒருவேளை நான் அதைச் சொன்னாலும் அவனால் என்ன செய்துவிட முடியும் என்பது எனக்கு ஆச்சரியமாகத்தான் இருந்தது.

நான் அதைச் சொல்லியிருந்தாலும் அவன் என்ன செய்திருப்பான்...? முதலில் நான் என்ன சொல்ல வருகிறேன் என்பதே புரியாதது போல வெகுநேரம் என் முகத்தை வெறித்துக்கொண்டே உட்கார்ந்திருந்திருப்பான்; பிறகு ஒரு வழியாக நான் சொல்ல வருவது பிடிபட்ட பிறகு ஜன்னலிலிருந்து எழுந்துகொண்டு தன் சின்ன மூட்டையைத் தூக்கிக்கொள்வான் [இதோ... இப்போதுகூட என்னால் அந்த மூட்டையைப் பார்க்க முடிகிறது சார்...! சிவப்பு நிறக் கட்டம் போட்ட அந்த மூட்டை, முழுக்கமுழுக்கப் பொத்தல்களோடுதான் இருக்கும். எங்கே சென்றாலும் அதையும் கூடவே தூக்கிக்கொண்டுதான் அவன் போவான். தன் எல்லாக் குப்பை கூளங்களையும் அதற்குள்ளேதான் அவன் திணித்து வைத்திருந்தான்] கந்தலாகிக் கிழிந்து தொங்கும் தன் பழைய கோட்டை அதிலுள்ள பொத்தல்கள் தெரியாமல், கொஞ்சம் பார்க்கும்படி நாகரிகமாகவும், தன்னைக் குளிரிலிருந்து பாதுகாக்கும்படியாகவும் சரிசெய்துகொள்

வான். தன் வெளித்தோற்றத்தில் பெரிதும் அக்கறை எடுத்துக் கொள்பவன் அவன். பிறகு கதவைத் திறந்துகொண்டு கண்ணீ ரோடு வெளிவாசலுக்குப் போய்விடுவான்.

ஆனால், அப்படி ஒரு மனிதனை அநாதரவாக விடுவதற்கு என்னால் முடியவில்லை சார். நான் உண்மையிலேயே அவனுக்காக வருத்தப்பட்டேன். ஆனால், என்னுடைய வேலை போய்விட்டால் என் கதி என்ன ஆகும் என்ற எண்ணமும் அடுத்த கணமே என் மனதில் ஓடியது.

'இரு இரு, பார்த்துக்கொண்டே இரு...! என் அன்பு யெமிலி யானே. இப்படி என்னுடைய செலவிலேயே நீ சாப்பிடுவதும் குடிப்பதும் சந்தோஷமாக இருப்பதும்... இதெல்லாம் இன்னும் ரொம்பநாள் முடியாதப்பா... சீக்கிரமே நான் நகர்ந்து போய்விடு வேன்... அப்புறம் நீ என்ன பாடுபட்டாலும் உன்னால் என்னைக் கண்டுபிடிக்கவே முடியாது' என்று எனக்குள்ளேயே சொல்லிக் கொண்டேன்.

அப்புறம் ஒரு நாள்... அங்கிருந்து போயேவிட்டேன்.

என் பழைய எஜமானர் அலெக்ஸாண்டர் ஃபிலிமோனோவிச் அப்போது இப்படிச் சொன்னார்.

[இப்பொழுது அவர் உயிருடன் இல்லை, அவரது ஆன்மா கடவுளின் நிழலில் சாந்தி அடையட்டும்!]

"அஸ்தாஃபி! உன் வேலையில் எனக்குப் பூரண திருப்தி... எங்களால் உன்னை ஒருபோதும் மறக்க முடியாது. நாங்கள் ஊரி லிருந்து திரும்பி வந்த பிறகு உன்னையே மறுபடியும் வேலைக்குக் கூப்பிட்டுக்கொள்கிறோம்" என்றார்.

நான் பல வருடங்கள் அவரிடம் சமையல்காரனாக இருந்தேன்... ரொம்பப் பெரிய மனிதர் சார் அவர்.

அதன்பிறகு, சில மாதங்களுக்கப்புறம் அவர் இறந்துபோய் விட்டார்... சரி அது இருக்கட்டும்...!

அப்போது அந்த நேரம் அவர்களை வழியனுப்பி வைத்து விட்டுத் தூக்கிச்செல்ல எளிதாக இருந்த என் உடைமைகள் சிலவற்றையும் என்னிடமிருந்த சிறிதளவு பணத்தையும் எடுத்துக் கொண்டேன். முன்னரே எனக்கு அறிமுகமாகி இருந்த வயதான பெண்மணி ஒருத்தியின் வீட்டில் வசிக்கலாம் என்று போய் விட்டேன். அவளுடைய குடியிருப்பில் ஒரு சிறிய அறையை வாட கைக்கு எடுத்துக்கொண்டேன். எனக்கு ஒதுக்குவதற்கு அந்த ஒரே ஒரு சிறிய அறை மட்டும்தான் அவளிடம் இருந்தது. அவள் முன்பு

மருத்துவத் தாதியாக வேலை பார்த்து வந்தவள்; இப்போது அவள் தன் ஓய்வுப்பணத்தில் வாழ்க்கை நடத்திக்கொண்டிருந்தாள்.

'ஏ கிழவா... யெமிலியான்...! என் நல்ல காலம்... நான் உனக்கு விடை கொடுத்துவிட்டேன்... இனிமேல் நான் இருக்கும் இடத்தை உன்னால் கண்டுபிடிக்கவே முடியாது' என்று எனக்குள் சொல்லிக் கொண்டேன்.

சார்... அப்புறம் என்ன நடந்திருக்கும் என்று நினைக்கிறீர்கள்? மாலையில் நான் திரும்பி வந்தபோது [தெரிந்தவர் ஒருவரைப் பார்க்க வெளியே போயிருந்தேன்] கந்தல் கோட்டோடு, தன் கிழிசல் மூட்டையைப் பக்கத்தில் வைத்துக்கொண்டபடி என் பெட்டியின் மேல் உட்கார்ந்திருந்தான் யெமிலியான். பொழுது போக்குவதற்காக என் வீட்டுக்கார அம்மாளிடமிருந்து ஒரு புத்தகத்தை [பிரார்த்தனைப் புத்தகம்] வேறு கடன் வாங்கியிருந்தான். அதைத் தன் கைகளில் தலைகீழாகப் பிடித்துக்கொண்டிருந்தான்...! அப்படி என்றால்... இவ்வளவுக்குப் பிறகும் அவன் என்னைக் கண்டுபிடித்து விட்டான். நான் என் தோல்வியை ஒத்துக்கொண்டேன்... 'இனிமேல் பிரயோசனமே இல்லை... இனி... இதைத் தவிர்க்கவே முடியாது... முதலிலேயே அவனைக் கழற்றிவிட்டிருக்க வேண்டும்' என்று நினைத்துக்கொண்டேன்.

அவன் என்னோடு தங்குவதற்குத்தான் வந்திருக்கிறான் என்பது நன்றாகவே தெரிந்திருந்தும், "யெமிலியான்... நீ என்ன, உன் பாஸ் போர்ட் எதையும் மறந்து வைத்துவிட்டாயா" என்று அவனிடம் சும்மா கேட்டேன்.

அவ்வளவுதான் சார்...! பிறகு நான் அமைதியாக உட்கார்ந்து அடுத்தபடி என்ன செய்வது என்பதை யோசிக்கத் தொடங்கி விட்டேன்.

போயும் போயும் வீடு வாசல் எதுவும் இல்லாத ஒரு ஊர்சுற்றி மனிதன் அப்படி எந்தத் துன்பத்தை எனக்குத் தந்துவிட முடியும் என்று எண்ணிப் பார்த்ததில் அவன் ஒன்றும் எனக்கு அப்படி ஒரு பெரிய துன்பத்தைத் தந்துவிட முடியாது என்ற முடிவுக்கு வந்து சேர்ந்தேன். 'கட்டாயமாக அவன் சாப்பிட ஏதாவது கொடுத்தே ஆகவேண்டியிருக்கும்; சரி... காலையில் ஒரு ரொட்டித் துண்டு தந்துவிடலாம், உணவுக்குக் கூடுதலாக ருசி சேர்க்க ஒன்றோ இரண்டோ வெங்காயமும் தரலாம். மதியத்துக்கு இன்னுமொரு ரொட்டித்துண்டு, வெங்காயம்...! இரவுச் சாப்பாட்டுக்குச் சிறிது வெங்காயமும் 'க்வாஸு'ம் [கறுப்பு ரொட்டியிலிருந்து தயாரிக்கப் படும் ஒருவகை பானம்]. ரொட்டி...! அவன் கேட்டால்

தமிழில் : எம்.ஏ. சுசீலா ● 35

பார்த்துக்கொள்ளலாம். தப்பித்தவறி எப்போதாவது முட்டைக்கோஸ் சூப் கிடைத்தால் எங்களுக்கு – எங்கள் இரண்டு பேருக்குமேதான் – அது ஒரு பெரிய விருந்தாகவே ஆகிவிடும்.

என்னை அவ்வளவு பெரிய சாப்பாட்டுப்பிரியன் என்று சொல்லமுடியாது. குடிகாரர்கள் அதிகமாகச் சாப்பிட மாட்டார்கள் என்பது எல்லோருக்குமே தெரிந்ததுதான். அவர்களுக்குத் தேவைப் படுவதெல்லாம் வோட்கா... மற்றும் ஒரு துளி பிராந்தி இவைதான். 'ம்... அவன் தன்னுடைய குடிப்பழக்கத்தினாலேயே என் வாழ்க்கை யைப் பாழடித்துவிடப்போகிறான்...'

இப்படியெல்லாம் ஏதேதோ நினைத்துக்கொண்டே போன போது சட்டென்று எனக்குள் ஒரு பொறி தட்டியது; அது என் மண்டைக்குள்ளிருந்து போக மறுத்துப் பிடிவாதமும் செய்தது. அப்புறம்தான் அது என்னவென்பது திடீரென்று எனக்கு உணர்வா யிற்று. யெமிலியானும் என்னை விட்டுப் போய்விட்டால் பிறகு வாழ்வதற்கான நோக்கம் என்று எதுவுமே எனக்கு எஞ்சியிருக்காது என்ற உண்மைதான் அது! ஆகவே அவனது ஒரே சம்ரட்சகனாக வும் பாதுகாவலனாகவும் நான் இருந்தே ஆக வேண்டும் என்று என் மனதை உடனடியாக அதற்கு ஆயத்தம் செய்துகொண்டேன். அவனைக் குடிப்பழக்கத்திலிருந்து மீட்டாக வேண்டும், ஒட்டுமொத்த மாக அவன் சீரழிந்து போய்விடாமல் அவனை நான் காப்பாற்றியே ஆக வேண்டும் என்றெல்லாம் உறுதி எடுத்துக்கொண்டேன்.

'எல்லாம் சரிதான்... யெமிலியான்... ஏ கிழவா... வேண்டு மானால் நீ இங்கேயே என் கூடவே இருந்து விட்டுப்போ... ஆனால் நீ ஒழுங்காக நடந்துகொள்ள வேண்டும்... ஆமாம் நான் சொன்னால் சொன்னதுதான்' என்று எனக்குள்ளேயே சொல்லிக் கொண்டேன்.

முதல் காரியமாக யெமிலியானுக்கு ஏதாவது ஒரு வேலையைக் கற்றுக்கொடுத்து அதைத் தேடிக்கொள்ளும்படி செய்தாக வேண்டும் என்று நான் முடிவு செய்தேன் சார். உள்ளபடி பார்த்தால் அது ஒன்றும் அப்படிச் சுலபமாக, உடனடியாக நடந்துவிடக் கூடிய தில்லைதான்...! 'சரி...கொஞ்சகாலம் அனுபவித்துவிட்டுப் போ... பிறகு உன்னிடம் தனிப்பட்ட திறமை என்று என்ன இருக்கிறது என்பதை நான் மெல்லக் கவனித்துப் பார்த்து எந்த மாதிரி வேலையை உன்னால் செய்ய முடியும் என்பதைக் கண்டுபிடிக்கிறேன் யெமிலியான்' என்று எண்ணிக்கொண்டேன்.

எந்த வேலையை எடுத்துக்கொண்டாலும் அதில் ஈடுபட் டிருப்பவன் அந்தக் காரியத்தில் திறமை உடையவனாக இருக்க வேண்டும் என்பதுதான் முதல் தேவை; அதனால் நான் அவனை

அமைதியாகக் கவனிக்கத் தொடங்கினேன். பாவப்பட்ட அந்தக் கிழட்டு மனிதன் யெமிலியான் மிகவும் அவலமான ஒரு நிலையில் இருப்பவன் என்பதைக் கண்டுகொள்ள எனக்கு அதிக நாளாக வில்லை. அவன் எதற்குமே லாயக்கற்றவனாக இருந்தான்.

அதனால் முதலில் அவனுக்கு ஒரு ஆலோசனை வழங்கினேன்.

"இதோ பார் யெமிலியான்! ஒரு தடவை உன்னை நீயே கொஞ்சம் பார்த்துக்கொள்... கொஞ்சம் கௌரவமாக இருக்க முயற்சி செய். எவ்வளவு மோசமான கிழிசல் உடையுடன் நீ சுற்றிக் கொண்டிருக்கிறாய் என்பதை நீயே பார். உன்னுடைய பழைய கோட் எப்படிக் கேவலமாக இருக்கிறது பார்... இப்படியெல்லாம் நான் பேசுவதற்காக, கடவுள் என்னை மன்னிக்கட்டும். ஆனால், நான் இதையெல்லாம் சொல்லுவது, உன்னைப் பரிகாசம் செய்வதற் காக இல்லை. இப்படிச் சொன்னாலாவது ஏதாவது நல்லது ஏற்படாதா என்ற எண்ணத்தில் மட்டும்தான். பிறர் உன்னை அவமானப்படுத்துவதைப் பார்க்கும்போது சிறிதாவது கூச்சப்படு யெமிலியான். நீ உன் வாழ்க்கையில் புதியதொரு அத்தியாயத்தை ஆரம்பிக்க... மாற்றம் பெற்ற நல்லதொரு மனிதனாக உருவாக மிகச் சரியான நேரம் இதுதான்."

ஆனால், பாருங்கள் சார்... அந்தப் பாவப்பட்ட கிழட்டு யெமிலியான், நான் சொன்னதையெல்லாம் கேட்டுக்கொண்டு தலையைத் தொங்கப்போட்டபடி அப்படியே சும்மாவே உட்கார்ந் திருப்பான். பிறருடன் இயல்பாக உரையாடுவதைக்கூடக் குடிப்பழக்கம் அவனிடமிருந்து பறித்துக்கொண்டிருந்தது. உருப்படியாக ஒரு வார்த்தை... ஒரு வார்த்தைகூட அவனால் பேச முடியாது. அவனிடம் நீங்கள் வெள்ளரிக்காய் பற்றிப் பேசினால் அவன் கிட்னி பீன்ஸ் பற்றித் திருப்பிப் பேசுவான். ரொம்பநேரம் நான் பேசுவதைக் கேட்டுக்கொண்டிருந்தவன், பிறகு சும்மா ஒரு நெடிய பெருமூச்சு விட்டான்.

"எதற்காக இந்தப் பெருமூச்சு யெமிலியான்" என்றேன்.

"ஓ... ஒன்றுமில்லை அஸ்தாஃபி...! நான் செய்வதிலெல்லாம் அப்படி பிரத்தியேகமாகக் கவனிக்கும்படி எதுவும் இல்லை. அது இருக்கட்டும்... உங்களுக்குத் தெரியுமா..." என்றபடி அவன் தொடர்ந்தான்.

"அஸ்தாஃபி! உங்களுக்கு விஷயம் தெரியுமா...? இன்று இரண்டு பெண்கள் தெருச்சண்டை போட்டுக்கொண்டிருந் தார்கள்... அதை நான் பார்த்தேன். ஒருத்தியின் கூடையில் இருந்த கிரான்பெரி பழங்களை இன்னொருத்தி வேண்டுமென்றே சரித்துத் தள்ளி விட்டாள்."

"சரி... இப்போது அதற்கென்ன?"

"அஸ்தாஃபி! அப்புறம் அதற்காகவே அந்த இரண்டாவது பெண், முதல் பெண்ணின் கிரான்பெரி பழங்களைத் தள்ளி விட்டு விட்டு அவற்றைக் காலால் மிதிக்கவும் ஆரம்பித்துவிட்டாள்."

"சரி இருக்கட்டும் யெமிலியான்... அதற்கென்ன வந்தது?"

"ஒன்றுமில்லை அஸ்தாஃபி... ஏதோ உங்களிடம் சொல்ல வேண்டும் போலத் தோன்றியது... சொன்னேன், அவ்வளவுதான்."

'சே... அவ்வளவுதானா...? ஐயோ யெமிலியான்... நீ இப்படி ஒரு மண்ணாங்கட்டியாக இருப்பதற்கு உன்னிடமுள்ள குடிப்பழக்கம் தான் காரணம்... ஆமாம் அதுவேதான் காரணம்' என்று நினைத்துக் கொண்டேன்.

"அப்புறம்... இது உனக்குத் தெரியுமா அஸ்தாஃபி? கோரோ கோவயா தெருவில்... இல்லை இல்லை... அது கோரோகோவயா தெரு இல்லை... சதோவயா தெரு. அங்கே நடந்து போய்க்கொண் டிருந்த ஒரு பெரிய மனிதர் தன்னிடமிருந்த பணநோட்டு ஒன்றை நடைபாதையில் நழுவ விட்டுவிட்டார். அதை ஒரு கிராமப்புறத்தான் பார்த்துவிட்டான்... 'ஆஹா இன்று எனக்கு ஒரு அதிருஷ்டம்' என்றான். அதற்குள் இன்னொரு கிராமத்தானும் அதைப் பார்த்து விட்டான். அவன் 'இல்லையில்லை, இன்று எனக்குத்தான் அதிருஷ்டம்' என்றான். ஆனால் நான்தான் அதை முதலில் பார்த்தேன்."

"சரி... அப்புறம் யெமிலியான்?"

"அப்புறம் அந்த இரண்டு கிராமவாசிகளுக்கு நடுவிலும் சண்டை மூண்டுவிட்டது. ஒரு காவல்காரர் வந்து சேர்ந்தார். கீழே இருந்து அந்தப் பணநோட்டை எடுத்து அதைத் தவறவிட்ட மனிதரிடமே தந்துவிட்டார், பிறகு அந்த இரண்டு கிராமத்தார் களையும் காவல்நிலையத்துக்குக் கூட்டிக்கொண்டு செல்லப்போவ தாக மிரட்டினார்."

"அதில் என்ன இருக்கிறது யெமிலியான்...? இந்த விஷயத்தில் அப்படிக் குறிப்பிடும்படியாக என்ன இருக்கிறதென்று சொல்ல வருகிறாய்?"

"இல்லை இல்லை... அதற்காக நான் சொல்லவில்லை... தெருவில் இருந்த ஜனங்கள்தான் அதைப் பார்த்துவிட்டு விழுந்து விழுந்து சிரித்தார்கள்."

"ஐயோ யெமிலியான்! தெருவில் இருந்த ஜனங்கள் என்ன செய்தால் நமக்கென்ன? முதலில் நீ உன்னைப்பற்றி நினைத்துப்

பார் யெமிலியான். ஒரு சில செப்புக்காசுகளுக்காக என்றென்றும் அழியாத உன் ஆத்மாவையே நீ விற்றுத் தொலைத்திருக்கிறாயே அதைப்பற்றி யோசித்துப் பார்... என்ன... நான் சொல்வது புரிகிறதா யெமிலியான்?"

"என்ன அஸ்தாஃபி?"

"நீ ஏன் ஒரு வேலை தேடிக்கொள்ளக்கூடாது? உனக்கு அது கட்டாயம் தேவை. உன்னிடம் இதை நூறாவது முறையாகச் சொல்லிக்கொண்டிருக்கிறேன் யெமிலியான்! நீ முதலில் உன் மீது இரக்கம் காட்டு."

"ஆனால், என்னை எந்த மாதிரியான வேலை தேடிக்கொள்ளச் சொல்கிறாய் அஸ்தாஃபி? என்னால் எந்த வேலை செய்ய முடியும் என்பது எனக்கே தெரியவில்லை... அதோடு... எனக்கு யாராவது எந்த வேலையாவது கொடுப்பார்கள் என்றும் தோன்றவில்லை."

"குடிகாரப் பயலே...! நிச்சயம்... யாரும் உனக்கு எந்த வேலை யும் தரமாட்டார்கள்தான். உன்னை அரசாங்க வேலையிலிருந்து விரட்டி அடித்தார்களே; அதற்கு வேறு என்ன காரணம் என்று நினைக்கிறாய்?"

"அஸ்தாஃபி, உனக்கொரு விஷயம் தெரியுமா? அந்த வ்லாஸ் இருக்கிறானல்லவா... அதுதான், அந்தச் சாராயக்கடையில் எடுபிடி வேலை செய்யும் பையன். அவனை இன்று ஆஃபீஸுக்கு வரச்சொல்லியிருந்தார்கள்."

"எதற்காக?"

"உண்மையாகவே அது எனக்குத் தெரியாது அஸ்தாஃபி. அவன் எதற்காகவாவது தேவைப்பட்டிருக்கலாம், அதனால் அவர் கள் அவனைக் கூப்பிட்டிருக்கலாம்."

"சரி சரி... இனிமேல் கொஞ்சம்கூட நம்பிக்கைக்கு இடம் இல்லை. யெமிலியான், ஏ கிழவா... உனக்கு மட்டுமில்லை, நம் இரண்டு பேருக்கும் சேர்த்துதான் சொல்கிறேன். நாம் செய்த ஏதோ பாவங்களுக்காக கடவுள் நம்மை தண்டித்துக்கொண்டிருக்கிறார் போலிருக்கிறது."

சார்...! அப்படிப்பட்ட ஒரு மனிதனை வைத்துக்கொண்டு என்னதான் செய்வது, நீங்களே சொல்லுங்களேன்...

ஆனால்... அவன், அந்த யெமிலியான் பிசாசுத்தனமான தந்திர புத்தி படைத்தவன். நான் பேசுவதையெல்லாம் நெடுநேரம் கேட்டுக்கொண்டே இருப்பான். சிறிது நேரம் கழிந்த பிறகு அது அவனுக்கு சலித்துப்போய்விடும். நான் பொறுமை இழந்து கோபம்

தமிழில் : எம்.ஏ. சுசீலா

கொள்ளப்போகிறேன் என்பது தெரிந்த அந்த நிமிடத்தில் தன் பழைய கோட்டை இடுக்கிக்கொண்டு ஓடியே போய்விடுவான். நாள் முழுவதும் எங்காவது சுற்றித்திரிந்துவிட்டு மாலை வேளையில் மூக்குமுட்டக் குடித்துவிட்டு வந்து சேருவான். அவன் குடிப்பதற்கு யார் பணம் கொடுக்கிறார்கள் என்றோ, அவனே அதைக் கொடுப்பதானால் அதை எப்படிச் சம்பாதித்தான் என்றோ எனக்குத் தெரியாது; எனக்கும் அதற்கும் எந்தச் சம்பந்தமும் இல்லை.

கடைசியாக ஒரு முறை அவனிடம் இப்படிச் சொன்னேன்.

"இதோ பார் யெமிலியான்! நீ இந்த மாதிரியே இன்னும் கொஞ்ச காலம் போய்க்கொண்டிருந்தாயானால் மிகவும் மோசமான ஒரு முடிவுதான் உனக்கு ஏற்படும். முதலில் குடிப்பதை நிறுத்து... என்ன. கேட்கிறாயா இல்லையா? அந்தப் பழக்கத்தை விட்டுத் தொலை. அடுத்த முறை நீ குடித்துவிட்டு வந்தால் அந்த இரவை நீ மாடிப்படியிலேயே உல்லாசமாகக் கழித்துக்கொள்ள வேண்டியிருக்கும். அப்படி மட்டும் செய்தால் உன்னை உள்ளே விடுகிறேனா பார்..."

இந்த முறை நான் அந்த வார்த்தைகளை உண்மையாகத்தான் சொல்லியிருக்கிறேன் என்பதை அவன் புரிந்துகொண்டுவிட்டான் சார். அதனாலேயே அடுத்த இரண்டு நாட்களும் அவன் எங்கேயும் போகவில்லை. ஆனால், சரியாக மூன்றாவது நாள் மறுபடியும் வெளியில் போய்விட்டான். நான் அவனுக்காகவே காத்துக்கொண்டிருந்தேன்; ஆனால், அவன் திரும்பி வரவில்லை. சார்...! உண்மையைச் சொல்லவேண்டுமென்றால் எனக்குக் கொஞ்சம் கஷ்டமாகக் கூட இருந்தது. அவனுக்காக நான் வருந்தவும் செய்தேன்... 'ஐயையோ நான் என்ன காரியம் செய்துவிட்டேன்... அவன் கொஞ்சமாவது நல்ல வழிக்கு வர வேண்டுமென்பதற்காகத்தானே அவனுக்கு பயம் காட்டினேன்...! பாவம்... அவனும்தான் எங்கே போவான்? கடவுளே! அவனுக்கு எதுவும் ஆகிவிடக்கூடாது' என்றெல்லாம் நினைத்துக்கொண்டேன்.

இரவாயிற்று. அவன் திரும்பி வந்திருக்கவில்லை. காலையில் பார்க்கும்போது மாடிப்படிகள் முடிவடையும் முன்முற்றத்தில் அவன் இருந்தான் சார். 'இராத்திரி முழுவதும் அங்கேயே இருந்திருக்கிறான். மேல்படியில் தலையை வைத்துக்கொண்டு அப்படியே தூங்கியிருக்கிறான். குளிரில் உறைந்துபோனபடி கிடந்தான் அவன்.

"யெமிலியான், ஏன் இப்படிச் செய்தாய்? இரவு வேளையில் இப்படி ஒரு இடத்திலா இருப்பது?"

"ஏன்... நீங்கள்தான் அன்று இரவு என்னிடம் அவ்வளவு கோபமாக இருந்தீர்களே. மிகவும் எரிச்சலோடு வேறு பேசினீர்கள்...

படிக்கட்டில்தான் படுக்க வைப்பேன் என்று சத்தியம் செய்தீர்கள்... அதனால் உள்ளே வர எனக்கு தைரியம் இல்லை அஸ்தாஃபி. இங்கேயே படுத்து இப்படியே உறங்கிவிட்டேன்."

அவன் பேச்சைக்கேட்டு எனக்குப் பைத்தியம் பிடித்து விடும் போல் இருந்தது. கோப வெறி கிளர்ந்த அதே நேரத்தில் அவன் மீது அனுதாபமும் எழுந்தது.

"யெமிலியான்... நீ வேறு ஏதாவது ஒரு வித்தியாசமான வேலையைத் தேடிக்கொண்டிருக்கலாமே... இப்படிப் படிக்கட்டைக் காவல் காத்துக்கொண்டிருப்பதில் ஏதாவது அர்த்தம் இருக்கிறதா?"

"அஸ்தாஃபி, நீ சொல்கிற அந்த வித்தியாசமான வேலை என்ன?"

அவன் மீது கொண்ட கிறுக்குத்தனமான கோபத்தோடு "ஏ உருப்படாத ராஸ்கல்" என்று கத்தினேன்.

"நீ ஒரு தையல் வேலையாவது தெரிந்து வைத்திருக்கலாம் இல்லையா...? முதலில் உன் கோட்டைப் பார்... அதில் இத்தனை பொத்தல்கள் இருப்பதோடு திருப்திப்பட்டுக்கொள்ளாமல் அதைக் கொண்டு இப்படி இந்தப் படியை வேறு துடைக்க வேண்டுமென்று நினைத்துவிட்டாய்போலிருக்கிறது. ஒரு ஊசி நூல் எடுத்து அதை முதலில் தைத்துக்கொள்ளலாம்தானே? ம்... குடிகாரப் பயலே... கொஞ்சநஞ்ச நாகரிகமாவது பாக்கியிருந்தால்தான் அதை எப்பொழுதோ செய்திருப்பாயே" என்றேன்.

உங்களால் இதை நம்ப முடிகிறதா பாருங்கள் சார்...! அவன் நிஜமாகவே ஒரு ஊசி நூலை எடுத்துக்கொண்டுவிட்டான். நான் சும்மா வேடிக்கைக்காகத்தான் அதைச் சொன்னேன்; ஆனால் அவன் உண்மையாகவே பயந்துபோய்விட்டான். கோட்டைக் கழற்றி எடுத்துக்கொண்டு அதைத் தைக்க முற்பட்டுவிட்டான். நான் அவனையே பார்த்துக்கொண்டிருந்தேன். அவன் கண்கள் சிவந்து பஞ்சடைந்து கிடந்தன. அவன் கைகள் பயங்கரமாக நடுங்கிக் கொண்டிருந்தன. அவன் திரும்பத் திரும்ப முயன்று பார்த்தும் ஊசியின் காதுக்குள் நூல் போக மறுத்தது. அவன் எந்த அளவுக்குக் களைத்துப்போய்விட்டான் என்பதைச் சொல்லவே முடியாது. கண்களை இடுக்கியபடி கூர்மையாகப் பார்த்துக்கொண்டு... நூலை ஈரமாக்கி... விரல்களால் அதைத் திரித்துக்கொண்டு... ஆனாலும் எந்தப் பயனும் இல்லை. கடைசியில் ஒரு வழியாக அந்த முயற்சியைக் கைவிட்டுவிட்டு என்னைப் பார்த்தான்.

"நல்லது யெமிலியான்... நீ இப்போது செய்த காரியம் என்னைப் பெருமைப்பட வைத்துவிட்டது. வேறு யாராவது இப்படிச் செய்திருந்தால் நான் அவமானத்தில் தரையோடு தரையாக

அழுந்தியே போயிருப்பேன். ஏ முட்டாள்... நான் சும்மா விளை யாட்டுக்காக அப்படிச் சொன்னேனென்று உனக்குத் தெரியாதா... உன்னைக் கண்டிப்பதற்காகத்தானே அப்படிச் சொன்னேன்... சரி சரி... இப்பொழுது அதை விட்டுத்தள்ளு" என்றேன்.

"இதோ பார்... உன்னால் செய்ய முடியாத எதையும் நீ செய்ய வேண்டாம்; இனிமேல் இப்படிப் படிக்கட்டில் படுத்துத் தூங்காதே. மறுபடியும் அப்படி ஒரு அவமானகரமான காரியத்தைச் செய்து என்னைக் கேவலப்படுத்திவிடாதே."

"ஆனால், என்னால் என்ன செய்ய முடியும் அஸ்தாஃபி... நான் எப்போதும் குடிபோதையில் மட்டுமே இருப்பேன் என்பதும் எந்த வேலைக்கும் நான் லாயக்கில்லை என்பதும் எனக்கு நன்றாகத் தெரியும். என்னால் முடிவதெல்லாம் எனக்கு உதவி செய்துகொண் டிருக்கும் உன்னைக் கஷ்டப்படுத்திக்கொண்டிருப்பது மட்டும்தான் என்று எனக்குத் தோன்றுகிறது."

சார்! இப்படிச் சொல்லிக்கொண்டிருக்கும்போது நீலம் பாரித்துப்போன அவனது உதடுகள் திடீரென்று நடுங்க ஆரம்பித்து விட்டன. வெளிறிப் போயிருந்த அவனது கன்னத்தில் ஒரு கண்ணீர்த்துளி சிந்தியது. கட்டை குட்டையாக இருந்த தன் தாடை யெல்லாம் துடிக்க... மறு நிமிடமே அவன் கண்ணீர் விட்டுக் கதறத் தொடங்கிவிட்டான்.

'உன் அகம் இப்படிப்பட்டதாக இருக்கும் என்று நான் நினைத்துக்கூடப் பார்த்ததில்லையே யெமிலியான்... உன்னிடம் இவ்வளவு மென்மையான உணர்வுகள் இருக்கக்கூடும் என்று யாரால் தான் ஊகிக்க முடியும்... இல்லை... இதற்கு மேலும் என்னையே நான் ஏமாற்றிக்கொண்டிருக்க முடியாது. அதில் அர்த்தமில்லை... இனி உன் விஷயத்தில் நான் தலையிடவே போவதில்லை. நீ எப்படியும் தொலைந்து போ' என்று நான் எனக்குள் சொல்லிக் கொண்டேன்.

சரி சார்! இனி இதற்கு மேலும் கதையை ஏன் வளர்த்துக் கொண்டு போக வேண்டும்...? போதாக்குறைக்கு அதுவே வருத் தத்தை ஏற்படுத்தும் மோசமான ஒரு அனுபவம். அதில் போய் வார்த்தைகளை வீணடித்துக்கொண்டிருப்பானேன்..?

உங்களைப் பொறுத்தவரை அது ஒரு ஃபார்திங்கூடப் பெறாத விஷயமாகக்கூட இருக்கலாம்... ஆனால் எனக்கோ அப்படி ஒரு சம்பவமே இனிமேல் நடக்கக் கூடாதென்றால் என் சொத்தையே அதற்கு எழுதிவைக்க வேண்டுமென்றாலும்கூட அப்படி ஒரு சொத்து ஒருவேளை எனக்கு இருந்தால் நான் எழுதிவைத்திருப் பேன்.

சார்! விஷயம் இதுதான்... கேளுங்கள்! என்னிடம் குதிரைச் சவாரியின்போது அணிந்துகொள்ளும் ஒரு ஜோடி கால்சராய் இருந்தது. [அது எக்கேடும் கெட்டுப் போகட்டும்!] மிக அழகான நீல வண்ணத்தில் கட்டங்கள் போட்டது. ஒரு முறை கிராமத்துப் பெரிய மனிதர் ஒருவர் இங்கே வந்திருந்தபோது அதைத் தயார் செய்யச்சொல்லி என்னிடம் 'ஆர்டர்' கொடுத்திருந்தார். ஆனால், அது அவர் அளவைவிட மிகவும் சிறியதாக அமைந்துவிட்டதால் வேண்டாமென்று சொல்லிவிட, அது என்னிடமே தங்கிப்போ யிருந்தது.

'இது நிச்சயமாக விலையுயர்ந்ததுதான். பழைய பொருள்களை வாங்கிக்கொள்ளும் கடையில் இதைக் கொண்டுபோய்க் கொடுத் தால் பதினைந்து ரூபிளோ அதற்கும் கூடுதலாகவோ எனக்குக் கிடைக்கும். ஒருவேளை அத்தனை கிடைக்கவில்லையென்றாலும் கூடக் கிடைக்கும் காசை வைத்து அந்த பீட்டர்ஸ்பர்க் பெரிய மனிதனுக்கு இரண்டு கால்சட்டைகளும் மிஞ்சிய பணத்தில் எனக் கொரு மேல்கோட்டும் வாங்கிவிட முடியும்' என்று நான் நினைத்துக் கொண்டேன். எங்களைப் போன்ற ஏழைகளைப் பொறுத்தவரை சின்னத் தொகைக்கும்கூட அதிக மதிப்பு இல்லையா சார்?

அந்தச் சமயத்தில் யெமிலியானின் பொருளாதார நிலை மிகவும் மோசமாக இருந்தது. கடந்த சில தினங்களாக அவன் ஒரு சொட்டு மதுகூட அருந்தியிருக்கவில்லை என்பதையும் நான் கவனித்துக் கொண்டுதான் இருந்தேன். மனம் தளர்ந்து போனவனாய், சோர்வும் விரக்தியுமாக அவன் இருந்தான். உண்மையில், பார்க்கக்கூட சகிக்காதபடி இருந்தான். அப்படி ஒரு வருத்தமான கோலத்தில் அவனைப் பார்ப்பது எனக்கும் கஷ்டமாகத்தான் இருந்தது.

'பையா... ஒன்று, உன்னிடம் குடிக்கக் காசே இல்லாமல் இருந் திருக்க வேண்டும், இல்லையென்றால் கடைசிக் கடைசியாக நீ உன் புத்தியின் போதனைக்குப் பணிந்து உன் வாழ்வின் புது அத்தியாயத்தை நிஜமாகவே தொடங்கியிருக்க வேண்டும்... உன் நன்மையைக் கருத்தில் கொண்டு நீ அந்தக் குடிப்பழக்கத்தை விட்டுத் தொலைத்திருக்க வேண்டும்' என்று நானே சொல்லிக் கொண்டேன்.

அப்படிப்பட்ட ஒரு சூழ்நிலையில்தான் அந்த விஷயம் நடந்தது சார்...!

அந்த நேரத்தில் ஒரு சர்ச் விடுமுறை வந்ததால் நான் மாலைப் பிரார்த்தனைக்குப் போயிருந்தேன். நான் திரும்பி வந்தபோது கண் மண் தெரியாமல் மூக்குமுட்டக் குடித்துவிட்டு வந்திருந்த

யெமிலியான், ஜன்னல் திண்ணையில் உட்கார்ந்து ஏதோ ஊஞ்சலில் ஆடுவதைப்போல முன்னும் பின்னும் அசைந்து ஆடிக்கொண் டிருந்தான்.

'ஆஹா... அப்படியென்றால்... நீ மறுபடியும் வெளியேபோய் உன் காரியத்தை முடித்துவிட்டு வந்துவிட்டாயா பையா...' என்று நினைத்தபடியே என் பெட்டியிலிருந்து எதையோ எடுப்பதற்காகச் சென்றேன். அதைத் திறந்தபோது என் கண்ணில் பட்ட முதல் விஷயம் அந்தக் கால்சராய் அங்கே இல்லை என்பதுதான். என் நினைவுக்கு எட்டியவரை இங்கும் அங்குமாய்ப் பல இடங்களில் தேடிப்பார்த்தும் எனக்கு அது கிடைக்கவில்லை. எல்லாவற்றையும் தலைகீழாய்ப் புரட்டிப்பார்த்தும் பலன் இல்லை. பலமாக யாரோ நெஞ்சில் குத்தியதைப்போல இருந்தது. நான் குடியிருந்த வீட்டின் சொந்தக்காரப் பெண்ணைத் தேடி வேகமாகச் சென்ற நான், அந்தத் திருட்டுக்காக முதலில் அவளைக் குற்றம் சொல்ல ஆரம்பித்தேன்... ஆமாம்... அப்போது உண்மையிலேயே நான் பைத்தியம் பிடித்த மாதிரிதான் நடந்துகொண்டேன். நான் என்ன செய்துகொண் டிருந்தேன் என்பது எனக்கே தெரியவில்லை. உண்மையான குற்ற வாளி யெமிலியானாக இருக்கக்கூடும் என்பதோ, அவன் முழுக் குடிபோதையுடன் கண்ணெதிரே இருப்பதே அதற்கான சாட்சி என்பதோ என் மூளையில் அப்போது உதிக்கவே இல்லை.

"இல்லை சார்... உங்கள் கால்சராயை நான் எடுக்கவில்லை. அதை வைத்துக்கொண்டு நான் என்ன செய்யப்போகிறேன்? என்னால் அதைப் போட்டுக்கொள்ள முடியுமா என்ன" என்றாள் வீட்டின் சொந்தக்காரி.

"என் பாவாடைகூடத்தான் அன்றைக்கு ஒரு நாள் காணாமல் போய்விட்டது. உங்கள் பிரியத்துக்குரிய சிநேகிதன் அதை எடுத் திருந்தால் நான் ஆச்சரியப்பட மாட்டேன்" என்றவள், "ஆனால், உங்கள் கால்சராயைப்பற்றி எனக்கு எதுவும் தெரியாது" என்றாள்.

"நான் வெளியில் போயிருந்தபோது இங்கே யார் இருந்தார்கள்? வெளி ஆள் யாராவது வந்திருந்தார்களா?" என்று அவளைக் கேட்டேன்.

"இல்லையே! யாரும் வரவில்லையே... முழு நேரமும் நான் இங்கேதான் இருந்தேன். அதனால் அதைப்பற்றி எனக்கு நன்றாகத் தெரியும்... யெமிலியான் மட்டும் சற்றுநேரம் வெளியே போய் விட்டுத் திரும்பி வந்தான்... அதோ அங்கேதான் அவனே இருக்கிறானே... அவனையே கேட்கவேண்டியதுதானே" என்றாள் அவள்.

உடன் யெமிலியானிடம் அதைப்பற்றி விசாரித்தேன்.

"ஏ யெமிலியான் ! நீ என் கால்சராயைத் தப்பித் தவறி எடுத்து விட்டாயா சொல்! அந்த கிராமத்துப் பெரிய மனிதருக்காகப் பிரத்தியேகமாகத் தைத்து வைத்தேனே. அதுதான்... சவாரி செய்யும்போது அணிந்துகொள்கிற கால்சராய்... உனக்கு அது ஞாபகம் இருக்கிறது தானே?"

"இல்லை அஸ்தாஃபி... நிச்சயமாக நான் அதை எடுக்கவே இல்லை" என்றான் அவன்.

இவனிடம் போய்க் கேட்டுக்கொண்டிருப்பது வீண் என்று தோன்றவே, நான் மறுபடியும் அதைத் தேடத் தொடங்கினேன். எல்லா இடங்களிலும் துருவினேன்; ஒரு பயனும் இல்லை. முழுநேரமும் யெமிலியான் முன்னும் பின்னும் அசைந்து ஆடியபடி வெறுமே உட்கார்ந்துகொண்டே இருந்தான். அவன் கண்ணுக்கு நேராகவே என் பெட்டியைக் குதிகாலால் எட்டி உதைத்தேன். அப்போது சட்டென்று ஓரக்கண்ணால் அவனைப் பார்த்தேன்.

'ம்... அப்படித்தான் இருக்க வேண்டும்' என்று எண்ணிக் கொண்டேன்.

யெமிலியான் மீது வெறித்தனமான கோபம் கொண்டேன் என்றுதான் சொல்ல வேண்டும். என் முகமெல்லாம் சிவந்து போயிருந்தது. அதே நேரத்தில் எதிர்பாராத விதமாக யெமிலியானும் என்னைப் பார்த்தான்.

"இல்லை அஸ்தாஃபி... நான் உன் கால்சராயை எடுக்கவில்லை. ஒரு வேளை நான் எடுத்ததாக நீ நினைத்துக்கொண்டிருக்கிறாயோ என்னவோ...? ஆனால், நான் அதைத் தொடக்கூட இல்லை."

"அப்படியென்றால் அது எங்கேதான் போயிருக்கக்கூடும் யெமிலியான்?"

"எனக்கு எதுவும் தோன்றவில்லை அஸ்தாஃபி... நான் அதைப் பார்க்கக்கூட இல்லை" என்றான் அவன்.

"அப்படியென்றால், அதுவாகக் கால் முளைத்துப் போயிருக்குமோ யெமிலியான்!"

"இருக்கலாம் அஸ்தாஃபி, அப்படிக்கூட இருக்குமோ என்னவோ" என்று யெமிலியான் தனக்குத்தானே முனகிக்கொண்டது எனக்குக் கேட்டது. அதைக் காதில் வாங்கியபடியே ஒரு வார்த்தை கூடப் பேசாமல் ஜன்னலருகே எழுந்து சென்று ஒரு விளக்கைப் பற்றவைத்தபடி வேலை செய்ய உட்கார்ந்தேன்.

கீழ்த்தளத்தில் குடியிருக்கும் அரசாங்க உத்தியோகஸ்தர் ஒருவரின் மேல்கோட்டை சரிசெய்யும் அந்த வேலையில் ஈடுபட்டிருந்தபோது, நான் கோபத்தில் கொதித்துக்கொண்டிருந்தேன்.

தமிழில் : எம்.ஏ. சுசீலா

என்னுடைய துணிகள் எல்லாவற்றையும் ஒன்றாக அடுப்பில் தூக்கிப் போட்டுக் கொளுத்தியிருந்தால்கூட சந்தோஷமாக இருக்கும் என்று தோன்றியது. நான் எந்த அளவுக்கு எரிச்சலடைந்திருந்தேன் என்பதை யெமிலியானும் ஊகித்திருக்க வேண்டும்.

புயலின் வருகையை முன்கூட்டியே கண்டறியும் பறவையைப்போல, ஒரு போக்கிரித்தனம் வாய்ந்த மனிதனும்கூடத் தனக்கு வரப்போகும் ஆபத்தை மோப்பம் பிடித்துவிடுவதுண்டு.

"அஸ்தாஃபி, உனக்கு இந்த விஷயம் தெரியுமா?" என்றபடி பேசத் தொடங்கினான் யெமிலியான். அவன் பேசியபோது அவனது பலவீனமான குரல் நடுங்கிக்கொண்டும் இருந்தது.

"அந்த ஆண் நர்ஸ் இருக்கிறானே... அவன்தான் அந்த அந்திப் ராகோவிச். அவன் என்ன செய்தான் தெரியுமா...? அன்றைக்கு செத்துப்போன அந்தக் கோச்சு வண்டிக்காரனுடைய மனைவியை இன்று காலையில் கல்யாணம் செய்துகொண்டுவிட்டான்..."

அப்போது நான் அவனைப் பார்த்த பார்வை மிக மிக அருவருப்பு கூடியதாக இருந்திருக்க வேண்டும்; காரணம்... நான் என்ன நினைத்தேன் என்பதை யெமிலியான் மிகச் சரியாகப்புரிந்து கொண்டிருந்தான். அதனாலேயே தான் இருந்த இடத்தை விட்டு உடனடியாக எழுந்தபடி படுக்கையருகே சென்று அங்கே தரையில் எதையோ தேட ஆரம்பித்தான். நான் காத்திருந்தேன். ரொம்ப நேரம் எதையோ குடைந்துகொண்டே இருந்தவன், 'இங்கே இல்லை... இங்கேயும் இல்லை... அப்புறம் அது எங்கேதான் போயிருக்கும்?' என்று தனக்குள் ஏதோ முணுமுணுத்துக்கொண்டும் இருந்தான்.

தொடர்ந்து நடக்கப்போவதைப் பார்க்க நான் காத்திருந்தேன். பிறகு பார்த்தால்... சார், கேளுங்கள்... உங்களால் இதை நம்ப முடிகிறதோ இல்லையோ? அப்படியே படுக்கைக்கடியில் குப்புறப் படுத்து ஊர்ந்து போகத் தொடங்கிவிட்டான். அவன் அப்படிச் செய்வதைப் பார்த்தபின் அதற்கு மேலும் என்னைக் கட்டுப்படுத்திக் கொள்ள என்னால் முடியவில்லை.

"கட்டிலுக்குக் கீழே ஏன் ஊர்ந்துகொண்டிருக்கிறாய் யெமிலி யான்?" என்றேன்.

"ஏன் அஸ்தாஃபி? நான் உன் கால்சராயைத்தான் தேடிக் கொண்டிருக்கிறேன். ஒருவேளை அது கீழே எங்கேயாவது விழுந்து கிடக்கலாம்தானே?"

"ஒரு பாவப்பட்ட முட்டாளுக்காக நீங்கள் ஏன் சார் (எனக்குள் மூண்டெழுந்த வெறுப்பினால் அவனை அப்படி சார் போட்டுக்

கூப்பிட்டேன் நான்) இவ்வளவு கஷ்டப்பட வேண்டும்? ஒன்றுமில்லாத ஒரு விஷயத்துக்குப்போய் அநாவசியமாக உங்கள் முழங்கால்களைத் தேய்த்துக்கொண்டு நீங்கள் ஏன் சிரமப்பட வேண்டும்?"

"ஏன் அஸ்தாஃபி அப்படியெல்லாம் சொல்கிறாய்? எனக்கு அதெல்லாம் ஒன்றுமில்லை. நாம் தொடர்ந்து பலநாள் இப்படித் தேடிக்கொண்டே இருந்தால் ஒருவேளை அது கிடைக்கலாமில்லையா..?"

"ஏன் கிடைக்காது... நிச்சயமாய்க் கிடைக்கும்" என்ற நான், "இதோ பார் யெமிலியான்.." என்று அவனைக் கூப்பிட்டேன்.

"சொல் அஸ்தாஃபி."

"நான் உனக்குச் செய்த உதவிக்கெல்லாம் கைம்மாறாக ஒரு அற்பமான திருடனைப்போல நீ அதைத் திருடவில்லை என்று உன்னால் உறுதியாகச் சொல்ல முடியுமா?"

என் கண் முன்பாக அவன் தன் முழங்காலால் ஊர்ந்து போவதைப் பார்த்து நான் பைத்தியம் பிடித்தாற்போல இருந்தேன்.

என் முதுகை முறிக்கும் இறுதித் துரும்பு...!

"இல்லை அஸ்தாஃபி... நான் அதை எடுக்கவில்லை."

ஆனாலும் அவன் கட்டிலடியிலிருந்து வெளியிலேயே வரவில்லை.

வரவே இல்லை சார்! நெடுநேரம் அங்கேயே குப்புற அடித்துக் கிடந்தவன் மெல்லத் தவழ்ந்து ஊர்ந்து வெளியே வந்தபோது அவன் முகம் ஒரு வெள்ளைத் தாளைப்போல வெளிறிக்கிடந்தது. கீழே இருந்து எழுந்துகொண்டு ஜன்னல் திட்டில் என்னருகே அமர்ந்துகொண்டான். கிட்டத்தட்ட பத்து நிமிடத்துக்கு அப்படியே உட்கார்ந்திருந்தான்.

திடீரென்று, "இல்லை அஸ்தாஃபி" என்றவன்... தன் இடத்திலிருந்து எழுந்து என்னை நோக்கினான்.

பிரேதக்களையோடு என்னையே பார்த்தபடி (அந்தப் பார்வை இன்னும்கூட எனக்குள் பதிந்திருக்கிறது) "இல்லை அஸ்தாஃபி, நான் உன் கால்சராயை எடுக்கவில்லை" என்றான்.

அவனது உடல் முழுவதும் வெடவெடத்துக்கொண்டிருந்தது. அவன் தன் நெஞ்சை நோக்கிச் சுட்டிக்காட்டிய அவனது விரல் நடுங்கிக்கொண்டிருந்தது. அவன் குரலிலும் பயங்கரமான நடுக்கம் இருந்தது. தர்மசங்கடமான அந்தத் திருப்பத்தால் நான் பசை வைத்து ஒட்டியதைப்போல அந்த ஜன்னலிலேயே உட்கார்ந்திருந்தேன்.

தமிழில் : எம்.ஏ. சுசீலா

“போகட்டும் யெமிலியான்... நான்தான் முட்டாள்தனமாக நடந்துகொண்டுவிட்டேன்; உன் மீது அநியாயமாகப் பழி சுமத்தி விட்டேன். என்னை மன்னித்துக்கொள். அந்தக் கால்சராய் போனால் போகிறது... அது இல்லாமல் நம்மால் இருக்க முடியாதா என்ன? கடவுள் புண்ணியத்தில் நம்மிடம் உழைக்கக் கைகள் இல்லாமல் இல்லை. எவனோ ஒரு பாவப்பட்ட மனிதனிடம் போய்க் கொள்ளையடித்தோ பிச்சையெடுத்தோ பிழைக்க வேண்டிய அவசியம் நமக்கில்லை. நம் உணவுக்குத் தேவைப்படுவதை நாமே சம்பாதித்துக் கொள்ளலாம்.”

யெமிலியான் நான் சொன்னதையெல்லாம் அமைதியாகக் கேட்டுக்கொண்டிருந்தான். சிறிது நேரம் சென்ற பின் மீண்டும் ஜன்னல் திட்டில் போய் உட்கார்ந்துகொண்டான். மாலை முழு வதும் அந்த இடத்தை விட்டு அசையாமல் அப்படியே உட்கார்ந் திருந்தான். நான் படுக்கச் சென்ற பிறகும்கூட அவன் அங்கேயே இருந்தான். மறுநாள் காலை நான் கண் விழித்தபோது பழைய கோட்டுக்குள் தன்னைப் பொதிந்துகொண்டு வெறும் தரையில் அவன் சுருண்டு படுத்திருந்ததைப் பார்த்தேன். மேலே ஏறிப் படுக்கையில் படுப்பதற்குக்கூட அவனுக்குக் கூச்சமாக இருந்திருக்க வேண்டும்.

அன்றுமுதல் எனக்கு அவன் மீது கடுமையான வெறுப்பு ஏற்படத் தொடங்கிவிட்டது சார்...! உண்மையில் சொல்வதானால் தொடக்கத்தில் ஒருசில நாட்கள் அவன் முகத்தைப் பார்க்கக்கூட எனக்கு வெறுப்பாக இருந்தது. என் சொந்தப் பையனே என்னிடம் திருடிவிட்டதைப் போலவோ... எனக்கு மரணக்காயம் ஏற்படுத்தி விட்டதைப் போலவோ எனக்குத் தோன்றியது.

அப்புறம் சார்... அடுத்த இரண்டு வாரங்களும் யெமிலியான் மதுக்கடைக்குப் போய் முழுநேரமும் குடித்துக்கொண்டே இருந்தான். தறிகெட்டுப்போய்த் தாறுமாறாய்த் திரிந்துகொண்டிருந்தான்...

காலையில் வீட்டை விட்டுப்போனால் இரவு மிகவும் தாமத மாகத்தான் திரும்பி வருவான். அந்த இரண்டு வாரங்களில் அவன் என்னோடு ஒரு வார்த்தைகூடப் பேசவில்லை. அந்தச் சமயத்தில் அவன் தன்னை மிகவும் இழிவாக உணர்ந்திருக்க வேண்டும்; அல்லது வேண்டுமென்றே தன்னை இழிவுபடுத்திக்கொள்ள முயன்றிருக்க வேண்டும்... இந்த இரண்டில் ஏதோ ஒன்றுதான் அது!

எப்படியோ ஒரு வழியாக எல்லாம் முடிந்துபோயிற்று. பிறகு அவன் குடிக்கவே இல்லை. அவனிடமிருந்த பணம் முழுவதும் தீர்ந்து

போயிருக்க வேண்டும் என்பது என் கணக்கு. மீண்டும்... எந்த நேரம் பார்த்தாலும் ஜன்னலிலேயே உட்கார்ந்திருக்க ஆரம்பித்தான். முழுசாக மூன்று நாட்கள்... ஒரு வார்த்தைகூடப் பேசாமல் அங்கேயே உட்கார்ந்திருந்தான் என்று நினைக்கிறேன். பிறகு சட்டென்று அழ ஆரம்பித்ததைப் பார்த்தேன்.

சார்! ஒரு நிமிடம் எதுவுமே நடக்காததைப்போல உட்கார்ந் திருப்பவன் அடுத்த நிமிடத்திலேயே அழத் தொடங்கிவிடுவான் சார்! ஐயோ... கடவுளே...! அந்த மனிதன்தான் எப்படி அழுவான் தெரியுமா...? கிணற்றிலிருந்து வெளியே கொட்டும் தண்ணீரைப் போல அவனுடைய கண்களிலிருந்தும் கண்ணீர் வெள்ளமாகப் பெருக்கெடுத்துக்கொண்டிருக்கும்; ஆனால், அதைப்பற்றிய பிரக்ஞையே இல்லாதவனைப்போல அவன் உட்கார்ந்திருப்பான். ஒருமனிதன்... அதிலும் யெமிலியானைப் போன்ற வயதான ஒரு மனிதன் துயரத்தோடும் அவலம் கொண்டும் அழுவதைப் பார்ப்பது ஒரு கொடுமையான விஷயம் சார்!

"உனக்கு என்ன ஆயிற்று யெமிலியான்" என்று அவனிடம் கேட்டேன்.

அவனது உடல் முழுவதும் நடுங்கத் தொடங்கியது. நீண்ட இடைவெளிக்குப் பிறகு அன்று மாலை அவனிடம் நான் முதன் முதலாகப் பேசத் தொடங்கியதில் அவன் மிகவும் அதிர்ந்து போயிருந்தான்.

"ஒன்றும் இல்லை அஸ்தாஃபி."

"இதோ பார் யெமிலியான்! இப்பொழுது அப்படி என்னதான் ஆகிவிட்டது... அந்த விஷயம் எப்படியோ போய்த் தொலையட்டும் என்று அதை ஒரேயடியாக விட்டுத் தள்ளிவிட்டேன். ஆமாம்... நீ ஏன் இப்படி நனைந்த கோழி போல உட்கார்ந்திருக்கிறாய்?"

"ஓ... அதெல்லாம் ஒன்றும் இல்லை அஸ்தாஃபி. நான் இப்படி இருப்பது அதனால் எல்லாம் இல்லை. நான் சும்மா யோசித்துக் கொண்டிருந்தேன். ஏதாவது வேலை பார்க்கலாம் என்று நினைக் கிறேன்... வேலை தேடிக்கொள்வதைப்பற்றி யோசித்துக்கொண்டி ருக்கிறேன்."

"எந்த மாதிரியான வேலை யெமிலியான்?"

"எந்த வேலையென்றாலும் சரிதான். நான் முன்பு பார்த்த அதே மாதிரி வேலையைத் தேடிக்கொள்ளலாமா என்று பார்த்துக் கொண்டிருக்கிறேன். ஃபெடோசி இவானோவிச்சிடம் அதைப்பற்றி

விசாரிப்பதற்குப் போயிருந்தேன். அஸ்தாஃபி! உனக்குச் சுமையாக இருக்க நான் விரும்பவில்லை. ஒருவேளை எனக்கு வேலை கிடைத்துவிட்டால் எனக்காக நீ பட்ட சிரமங்களுக்குத் தகுந்த வெகுமதி தரவேண்டுமென்று ஆசைப்படுகிறேன்."

"இப்படியெல்லாம் பேசாதே யெமிலியான்! ஒன்று செய்துவிட்டு அதற்குப் பதிலாக இன்னொன்றை எதிர்பார்ப்பதா...? சே... என்ன இது? பேசாமல் எல்லாவற்றையும் விட்டுத்தள்ளு. நாம் முன்பு எப்போதும் இருந்ததைப்போலவே இனிமேலும் இருந்துவிட்டுப் போவோம்."

"இல்லை அஸ்தாஃபி... உன் கால்சராயை நிச்சயமாக நான் எடுக்கவில்லை என்று சொன்னபிறகும்கூட இன்னும் நீ அதையே நினைத்து மறுகிக்கொண்டிருப்பது எனக்குத் தெரியாமல் இல்லை."

"சரி... உன் விருப்பப்படி எப்படி வேண்டுமானாலும் நினைத்துக் கொள். எனக்கு ஒன்றுமில்லை."

"இல்லை அஸ்தாஃபி... தொடர்ந்து இப்படியே உன்னுடன் வசிப்பது என்னால் முடியாது... என்னை மன்னித்துவிடு அஸ்தாஃபி. நான் இங்கிருந்து சென்றுதான் ஆக வேண்டும்."

"கடவுளே! இப்போது உன்னை யார் குற்றம் சொல்கிறார்கள் யெமிலியான்? உன்னை யார் இங்கே வீட்டை விட்டுத் துரத்திக் கொண்டிருக்கிறார்கள்..? நான் அப்படிச் செய்வதாக நீ சொல்ல மாட்டாய்தானே?"

"ஆனாலும் அஸ்தாஃபி... இனிமேலும் உன்னுடன் இருப்பது எனக்கு இயலாது. நான் இங்கிருந்து போய்விடுவதே நல்லது."

அவன் மிகவும் பிடிவாதத்தோடு திரும்பத் திரும்ப அதிலேயே முனைப்பாக இருந்தான் சார். அப்படிச் சொன்னதோடு மட்டு மில்லாமல் அதை உறுதிப்படுத்துவதைப்போல எழுந்து நின்று தன் பழைய கோட்டைத் தன் தோள்களில் சரிவரப் பொருந்துமாறு சீர்செய்துகொண்டான்.

"ஆனால்... நீ எங்கே செல்லப்போகிறாய் யெமிலியான்? நீ என்ன செய்கிறாய் என்பதை உன் அறிவைச் செலுத்தி நீயே கொஞ்சம் யோசித்துப் பார் பையா...! உன்னால் எங்கே போக முடியும்?"

"சென்றுவருகிறேன் அஸ்தாஃபி. என்னைத் தடுக்க முயலாதே! (மறுபடியும் அவன் தனக்குள் ஏதோ முனகத் தொடங்கிவிட்டிருந் தான் அவன்). உன் பாதையிலிருந்து விலகிச்செல்ல வேண்டிய நேரம் எனக்கு வந்துவிட்டதென்று நினைக்கிறேன்... நீ இப்போதெல்லாம் முன்னைப்போல இல்லை."

"நான் முன்னைப்போல இல்லை என்று நீ எதை வைத்துச் சொல்கிறாய்..? நான் எப்போதும் போல பழையமாதிரியேதான் இருக்கிறேன். என் வார்த்தைகளைக் குறித்து வைத்துக்கொள் யெமிலியான்! இங்கிருந்து போய்விட்டால் நீ ஆதரவில்லாத குழந்தை யைப்போல வாடிப்போய்விடுவாய்."

"இல்லை அஸ்தாஃபி, நீ பழைய மாதிரி இல்லை" என்றான் அவன். "இப்போதெல்லாம் நீ வெளியே செல்லும்போது உன் பெட்டியைப் பூட்டிவிட்டுப் போகிறாய். நீ அப்படிச் செய்வதைப் பார்க்கும்போதெல்லாம் என்னால் அழாமல் இருக்க முடியவில்லை. வேண்டாம்... தயவு செய்து என்னைத் தடுக்காதே அஸ்தாபி... நான் இங்கே உன்னோடு தங்கியிருந்தபோது உனக்கு வருத்தம் ஏற்படும்படி நடந்துகொண்டிருந்தால் என்னை மன்னித்துவிடு."

அப்படிச் சொல்லிவிட்டு அவன் புறப்பட்டுப் போய்விட்டான் சார்! அன்றே கிளம்பிவிட்டான்.

நான் முழுநாளும் அவனுக்காகக் காத்திருந்தேன். மாலையான தும் அவன் வரக்கூடும் என்று எதிர்பார்த்துக்கொண்டிருந்தேன். ஆனால்... இல்லை... அவன் வரவே இல்லை... மறுநாளோ; அதற்கு மறுநாளோகூட அவன் வருவதற்கான அறிகுறி ஏதும் இல்லை.

நான் உண்மையாகவே கவலையில் ஆழ்ந்தேன்...! சாப்பிட, குடிக்க... தூங்க என்று எதுவுமே செய்ய முடியாதபடி கவலை என்னை ஆட்கொண்டிருந்தது.

அந்தப்பாவி என்னை முற்றிலும் நிராயுதபாணியாக்கிவிட்டுப் போயிருந்தான். நான்காவது நாள் நான் அவனைத் தேடிப் பார்ப் பதற்காக வெளியே சென்றேன். எல்லா சாராயக்கடைகளிலும் அவனைப்பற்றி விசாரித்தேன்; ஆனால் அவனை எங்குமே காண வில்லை. எங்கேயோ மறைந்துபோய்விட்டிருந்தான் அவன்.

'யெமிலியான்... ஏ கிழவா... நீ ஏதும் செத்துக்கித்துப்போய்விட வில்லையே...' என்று என் மனதுக்குள் கேட்டுக்கொண்டேன். தன்னுள் இருக்கும் பிசாசுத்தனமான குடிவெறிக்குத் தீனி போடுவதற் காக ஏதாவது ஒரு சாராயக்கடையில் உணர்ச்சி மரத்துப்போகும் அளவுக்குக் குடித்துவிட்டு எங்கோ ஓரிடத்தில் நாற்றமெடுக்கும் மரக்கட்டையைப்போல அவன் விழுந்து கிடக்கக்கூடும் என்றும் எனக்குத் தோன்றியது.

எப்படியோ இழுத்துப்பறித்துக்கொண்டு நடைப்பிணம் போல வீடு வந்து சேர்ந்தேன். மறுநாளும் அவனைத் தேடிக்கொண்டு திரும்ப ஒரு முறை போக வேண்டும் என்று நினைத்துக்கொண்டேன். ஆதரவு

என்பதே கொஞ்சமும் இல்லாத ஒரு முட்டாள் மனிதனை இப்படித் தனியே தவிக்க விட்டதற்காக முழுநேரமும் என்னை நானே சபித்துக்கொண்டிருந்தேன்.

ஐந்தாம் நாள் அதிகாலை வேளையில் (அது ஒரு விடுமுறை நாள்) கதவு கிறீச்சிடும் ஓசை கேட்டுத் திரும்பிப் பார்த்தேன். யெமிலியான். உள்ளே வந்துகொண்டிருந்தான். அவன் முகமெல்லாம் நீலம் பாரித்திருந்தது. தெருவிலேயே படுத்து உறங்கியதைப் போல அவன் தலைமுடியிலெல்லாம் சகதி அப்பிக்கிடந்தது. ஈர்க் குச்சியைப்போல் மெலிந்து போயிருந்தான் அவன். பொத்தல் விழுந்த தன் பழைய கோட்டைக் கழற்றிவிட்டு என் அருகே பெட்டியின் மீது அமர்ந்துகொண்டு என்னைப் பார்த்தான். அவனைப் பார்த்ததில் எனக்கு ரொம்ப சந்தோஷம்தான் சார்... அதே நேரத்தில் முன் எப்போதையும்விட நான் மிக அதிகமாக நிலைகுலைந்து போயிருந்தேன்.

காரணம் இதுதான் சார்... நான் செய்ததில் தப்பாக ஏதாவது நடந்து அவனுக்கு மட்டும் வேறு ஏதாவது ஆகியிருந்தால் நான் நாய் மாதிரி செத்துப்போயிருப்பேன் சார்! பைபிள் மீது ஆணை சார்! ஆனால் நல்ல வேளையாக... யெமிலியான் திரும்ப வந்து விட்டான்...!

அந்த மனிதனை இப்படிப்பட்ட மோசமான கோலத்தில் பார்ப்பது உண்மையாகவே என் நெஞ்சைப் பிளந்தது. அவனுடன் அன்பாகப் பேசி... ஆறுதல் சொல்லி... அவனுக்கு நிறைய உபசாரம் செய்தேன்.

"என் பிரியத்துக்குரிய யெமிலியான்! நீ திரும்பி வந்துவிட்டதில் எனக்கு எவ்வளவு சந்தோஷம் தெரியுமா? நீ மட்டும் இன்னும் கொஞ்ச நேரம் கழித்து வந்திருந்தால் உன்னைத் தேடிக்கொண்டு நான் மறுபடியும் மதுக்கடைகளுக்கு இன்னொரு சுற்று போயிருப்பேன்... சரி... ஏதாவது சாப்பிட்டாயா?"

"நன்றி அஸ்தாஃபி... நான் சாப்பிட்டுவிட்டேன்."

"உள்ளதை உள்ளபடி சொல் நண்பா! இதோ பார், நேற்று வைத்த முட்டைக்கோஸ் சூப் பாக்கியிருக்கிறது. ரொம்ப நன்றாகவே இருக்கிறது. கூடவே மாட்டுக்கறியும்கூட. அப்புறம் சிறிது ரொட்டி வெங்காயம் இதெல்லாமும் இருக்கிறது. வா... சாப்பிடு. சாப்பிட்டால் உனக்குக் கொஞ்சம் தெம்பாக இருக்கும்."

அவற்றை அவனிடம் தந்தபோது சென்ற மூன்று நாட்களாக அவன் எதுவுமே சாப்பிடவில்லை என்பது எனக்கு உடனடியாகத்

தெரிந்துவிட்டது. அவன், அப்படிப்பட்ட பசி வெறியில் இருந்தான். என்னிடம் அவனைத் திரும்ப விரட்டியிருப்பதும் அந்தப் பசி வெறி தான்! அந்தப் பாவப்பட்ட மனிதனுக்காக நான் உண்மையிலேயே வருத்தப்பட்டேன். அவனைப் பார்த்தபோது என் இதயத்தில் இரக்கம் பீறிட்டது.

பேசாமல் மதுக்கடைக்கு ஓடிப்போய் அவன் குடிப்பதற்கு ஏதாவது வாங்கிக்கொண்டு வந்து கொடுத்து அவனை உற்சாகப் படுத்தலாமா என்றுகூடத் தோன்றியது.

'மனதைப் போட்டுக் கஷ்டப்படுத்துகிற இந்த விஷயத்துக்கு இனி முற்றுப்புள்ளி வைத்துவிடலாம் யெமிலியான்! ஏ கிழவா! என் நெஞ்சில் உனக்கு எதிராக ஒரு சொட்டுக் கசப்புணர்ச்சிகூட இல்லை' என்றும் சொல்லிக்கொண்டேன்.

அதேபோல நானே மதுக்கடைக்கு ஓடிச்சென்று கொஞ்சம் வோட்கா வாங்கிக்கொண்டு வந்தேன்.

"இதோ பார் யெமிலியான்... இங்கே வா! நாம் இரண்டு பேரும் சேர்ந்து குடிப்போம். இன்று விடுமுறை நாள் வேறு! வா... கொஞ்சம் குடி. உன் உடம்புக்கு இப்போது இது நல்லது."

அவன் தன் கைகளை நீட்டினான்; பேராசைக்காரனைப் போல நீட்டினான். ஆனால், கோப்பையைப் பெற்றுக்கொள்வதற்கு முன்பு ஏனோ தயங்கிப்போய் நின்றுவிட்டான். ஒரு நிமிடம் கழித்து அவன் அதை வாங்கிக்கொண்டு தன் வாயை நோக்கி உயர்த்திக் கொண்டிருப்பதைப் பார்த்தேன். அதில் கொஞ்சம் அவன் சட்டை யிலும் சிந்தியது. உதடு வரை கொண்டு போனவன், சட்டென்று மேசையிலேயே அதைத் திரும்ப வைத்துவிட்டான்.

"ஏன், என்ன ஆயிற்று யெமிலியான்?"

"இல்லை... நன்றி அஸ்தாஃபி... வேண்டாம். என்னால் முடியு மென்று தோன்றவில்லை."

"குடிப்பதற்கு எதுவும் வேண்டாம் என்றா சொல்கிறாய்!"

"நன்றி அஸ்தாஃபி... இல்லை... நான்... நான் இனிமேல் குடிப்ப தாக இல்லை அஸ்தாஃபி."

"ஏன் அப்படிச் சொல்கிறாய் யெமிலியான்...? நீ என்ன குடிப் பழக்கத்தை ஒரேயடியாக விட்டுவிட்டாயா... இல்லை, இன்றைக்கு ஒரு நாள் மட்டும் குடிக்க வேண்டும் என்று உனக்குத் தோன்ற வில்லையா?"

அவன் பதில் சொல்லவில்லை. அடுத்த கணமே அவன் சோர்வுடன் தன் கரங்களுக்குள் தலையைப் புதைத்துக்கொண்டதைக் கண்டேன்.

"என்ன விஷயம் யெமிலியான்... உனக்கு உடல்நலம் இல்லையா?"

"ஆமாம்... அப்படி இருக்கலாமோ என்று பயமாக இருக்கிறது."

உடனே அவனைப் படுக்க வைத்தேன். அவன் மிகவும் மோசமான நிலையில் இருப்பதை என்னால் உணர முடிந்தது. அவன் தலை கொதித்துக்கொண்டிருந்தது. காய்ச்சலில் நடுங்கிக்கொண்டிருந்தான் அவன். நாள் முழுவதும் நான் அவனுக்குப் பக்கத்திலேயே உட்கார்ந்திருந்தேன். இரவானபோது அவனது உடல்நிலை மிகவும் மோசமடைந்தது.

நான் தாவர எண்ணெயும் க்வாஸும் சேர்ந்த கலவையில் நறுக்கிய வெங்காயத்தையும் காய்ந்த ரொட்டித் துண்டுகளையும் போட்டு அவனிடம் தந்தேன்.

"வா யெமிலியான். கொஞ்சம் இதைச் சாப்பிடு. உனக்குத் தெம்பாக இருக்கும்."

ஆனால், அவன் வேண்டாமென்று தலையை அசைத்தான்.

"இல்லை... எனக்கு வேண்டாம்! நன்றி அஸ்தாஃபி. நீ தவறாக எண்ணவில்லையென்றால், இன்று எனக்கு இரவு உணவு வேண்டாம்."

நான் சிறிதளவு தேநீர் தயாரித்திருந்தேன். வீட்டுச் சொந்தக்காரியை சிரமப்படுத்தி, அவனுக்கென்றே பிரத்தியேகமாகச் சில உணவு வகைகளைத் தயாரிக்கச் சொல்லியிருந்தேன். ஆனால் அவனோ எதுவுமே வேண்டாமென்று மறுத்துவிட்டான்.

அவன் நிலை மோசமாகிக்கொண்டே வருவதைப் பார்த்துக் கவலையடைந்த நான், மூன்றாம் நாள் காலையில் ஒரு டாக்டரை அழைத்து வரச் சென்றேன்.

காஸ்தோப்ரவோவ் என்ற பெயர் கொண்ட அந்த டாக்டர் பக்கத்திலேதான் வசித்து வந்தார். நான் போஸோமியோஜின்ஸில் வேலை பார்த்தபோது அவரைத் தெரியும்; எனக்கு முடியாமல் இருந்தபோது ஒருமுறை இங்கே வந்திருக்கிறார்.

டாக்டர், யெமிலியானின் உடல்நிலையைப் பரிசோதித்தார்.

"இவர் நிலை மிகவும் மோசமாக இருப்பது உங்களுக்கே தெரிகிறதல்லவா! என்னை அழைத்துவர நீங்கள் இவ்வளவு சிரமம்

எடுத்துக்கொண்டிருக்க வேண்டியதே இல்லையே..." என்றவர், "சரி... போகட்டும். இவருக்கு நான் சில மருந்துப்பொடிகளைத் தருகிறேன். கொடுத்துப் பாருங்கள்" என்றார்.

ஆனால், டாக்டருக்கே நம்பிக்கை இல்லையென்பதால் நான் அவற்றை யெமிலியானுக்குத் தரவே இல்லை சார்!

இதற்கு நடுவே ஐந்தாவது நாளும் வந்தது.

ஆமாம் சார்...! என் கண்ணெதிரிலேயே அவன் செத்துக் கொண்டிருந்தான்.

நான் என் வேலையோடு ஜன்னலில் உட்கார்ந்திருந்தேன். வீட்டுக்கார அம்மாள் கணப்பைச் சூடேற்றிக்கொண்டிருந்தாள். நாங்கள் யாரும் எதுவும் பேசவில்லை. உபயோகமில்லாத அந்தக் குடிகாரனுக்காக என் சொந்த மகனையே இழக்கப்போவதைப் போல என் இதயத்திலிருந்து குருதி வடிந்தது.

முழுநேரமும் யெமிலியான் என்னையே பார்த்துக்கொண் டிருந்தது எனக்குத் தெரிந்தது. அந்தப் பாவப்பட்ட மனிதன் காலை யிலிருந்தே மிகுந்த கஷ்டத்தோடு என்னிடம் ஏதோ சொல்ல முயல் கிறான் என்பதையும், ஆனால், அதற்கான தைரியம் இன்னும் அவனிடம் ஏற்படவில்லை என்பதையும் நான் கவனித்துக்கொண்டு தான் இருந்தேன். கடைசியில் நான் அவனை நேருக்கு நேராக ஏறெடுத்துப் பார்த்தேன். இரங்கத்தக்க அந்த மனிதனின் கண்களில் தான் எப்படிப்பட்ட ஒரு மரண வேதனை? என் மேல் பதித்திருந்த தன் கண்களை ஒரு நொடிப்பொழுதுகூட அவன் மீட்டுக்கொள்ள முயலவில்லை. ஆனால், நான் அவனைப் பார்க்கிறேன் என்பது தெரிந்ததும் சட்டென்று தன் கண்களைத் தாழ்த்திக்கொண்டான்.

"அஸ்தாஃபி... வந்து... வந்து..."

"என்ன யெமிலியான்?"

"அஸ்தாஃபி! நீ என் பழைய கோட்டைப் பழைய சாமான் வாங்கும் கடையில் கொண்டுபோய் விற்றால் நிறைய கிடைக்கும் தானே? அதைப்பற்றி என்ன நினைக்கிறாய்?"

"அப்படி நிறையக் கிடைக்குமென்று தோன்றவில்லை யெமிலி யான், ஒருவேளை மூன்று ரூபிள் கிடைத்தாலும் கிடைக்கலாம்."

ஆனால்... நிஜத்தில் நான் அதை விற்பதற்காகக் கொண்டு சென்றிருந்தால் அதற்கு ஒரு பென்னிகூடக் கிடைக்குமா என்பது சந்தேகம்தான். மேலும், இப்படி மோசமான ஒரு கந்தைத் துணியை விற்க வந்ததற்காக என் முகத்துக்கு எதிரிலேயே எல்லோரும் சிரித் திருப்பார்கள். ஆனால்... அந்த மனிதன் அப்படி ஒரு அப்பாவியாக

தமிழில் : எம்.ஏ. சுசீலா ● 55

இருந்ததால் சும்மா அவனை சமாதானப்படுத்துவதற்காக நான் அப்படிச் சொன்னேன்.

"அஸ்தாஃபி! உனக்குப் பத்து ரூபிள் கிடைக்குமென்று நினைத்துக்கொண்டிருந்தேன்... அது நயமான துணியால் ஆனது. நேர்த்தியான துணியில் தைக்கப்பட்டிருக்கும் கோட்டுக்கு மூன்று ரூபிளுக்கு மேல் தர மாட்டார்களா என்ன?"

"ஐயோ... கடவுளே...! உண்மையாகவே அது எனக்குத் தெரியவில்லை" என்றேன் நான்.

"வேண்டுமானால் என்னை எடுத்துக்கொள்ளச் சொன்னால் அதன் விலையை நிச்சயமாகப் பத்து ரூபிளிலிருந்து ஆரம்பிக்கிறேன்."

ஓரிரு கணங்கள் அமைதியாக இருந்த யெமிலியான் என்னை மீண்டும் அழைத்தான்.

"அஸ்தாஃபி..!"

"என்ன யெமிலியான்?"

"நான் இறந்தபிறகு என் கோட்டை விற்றுவிடு. என்னை அதோடு சேர்த்துப் புதைக்க வேண்டாம். அது இல்லாமலே நான் நன்றாகத்தான் இருப்பேன். அது ஒரு விலையுயர்ந்த பொருள் அஸ்தாஃபி. உனக்கு அது உதவியாக இருக்கும்."

அவன் அப்படிச் சொன்னபோது நான் எப்படி நடுநடுங்கிப் போனேன் தெரியுமா சார்?

அவனுடைய முடிவு நெருங்கிவிட்டதை நான் தெரிந்து கொண்டுவிட்டேன். நாங்கள் மீண்டும் அமைதியாக இருந்தோம். அப்படியே ஒரு மணிநேரம் சென்றது. பிறகு அவனைப் பார்த்தேன். அவன் இன்னும்கூட என்னையே உற்றுப்பார்த்துக்கொண்டிருந்தான். ஆனால், என் கண்களைச் சந்தித்தபோது அவற்றை மறுபடியும் கீழே தாழ்த்திக்கொண்டுவிட்டான்.

"குடிக்க ஏதாவது வேண்டுமா யெமிலியான்?"

"ஆமாம் அஸ்தாஃபி. நன்றி."

நான் அவனுக்குக் கொஞ்சம் தண்ணீர் கொடுத்தேன். அவனும் அதைக் குடித்தான்.

"நன்றி அஸ்தாஃபி" என்று மறுபடி சொன்னான்.

"வேறு ஏதாவது வேண்டுமா யெமிலியான்?"

"இல்லை அஸ்தாஃபி. எனக்கு எதுவும் வேண்டாம்... ஆனால் ஒன்றே ஒன்று..."

"என்ன யெமிலியான்?"

"அஸ்தாஃபி... அந்தக் கால்சராய்... அதை எடுத்தது நான்தான் அஸ்தாஃபி."

"போகட்டும் விட்டுத்தள்ளு. கடவுள் நிச்சயம் உன்னை மன்னிப்பார்... அதை நான் உறுதியாக நம்புகிறேன். பாவப்பட்ட மனிதனான நீ அமைதியாக இறந்து போ."

என் கண்களில் நீர் பெருகியது. தொண்டையில் ஏதோ அடைத்துக்கொண்டது போன்ற உணர்வு! நான் கண நேரத்துக்கு வேறு பக்கம் திரும்பிக்கொண்டேன்.

"அஸ்தாஃபி..."

நான் திரும்பிப் பார்த்தபோது யெமிலியான் என்னிடம் ஏதோ சொல்ல முயன்றுகொண்டிருந்ததைப் பார்த்தேன்.

எழுந்து உட்காருவதற்காகப் பாடுபட்டுக்கொண்டிருந்தான் அவன். அவனது உதடுகள் சத்தமின்றி அசைந்துகொண்டிருந்தன.

குபீரென்று சிவந்து போன அவன் என்னையே பார்த்தான்; பிறகு சிறிது சிறிதாக அவன் வெளிறிக்கொண்டே போவதைக் கவனித்தேன். சட்டென்று அவன் சுருங்கிச் சுருள்வதைப் பார்த்தேன்; அவன் தலை பின்புறம் சரிந்தது, தன் இறுதி மூச்சை விட்டபடி... தன்னைப் படைத்தவனிடமே தன் ஆன்மாவை ஒப்புவித்தான் அவன்.

●

தமிழில் : எம்.ஏ. சுசீலா

ஒரு மெல்லிய ஜீவன்
(நம்பமுடியாத ஒரு புனைவு)

ஆசிரியரின் குறிப்பு

என் வழக்கமான பாணியில் நாட்குறிப்பாக இல்லாமல் கதையாக இம்முறை தருவதற்கு முதலில் வாசகர்களிடம் மன்னிப்புக் கோருகிறேன். இந்தக் கதையை உருவாக்க மாதத்தின் பல நாட்களை நான் செலவழித்திருப்பதே அதற்கான காரணம். எது எப்படியோ... இந்தப் புனைவை வாசகர்கள் கொஞ்சம் கருத்தூன்றிப் படிக்க வேண்டுமென்று கேட்டுக்கொள்ள விரும்புகிறேன்.

இனி... இந்தக் கதை பற்றி ஒருசில சொற்கள்! இதற்கு 'நம்ப முடியாத ஒரு புனைவு' என்ற துணைத் தலைப்பை நான் தந்திருக்கிறேன்; இது மிக மிக யதார்த்தமான ஒரு கதையே என்று நான் கருதிய போதும், குறிப்பாக; இதன் உருவ அமைப்பின் அடிநாதமாக விநோதமான ஒரு கூறு இருந்து கொண்டேதான் இருக்கிறது. கதையை முறையாகத் தொடங்குவதற்கு முன்பு இதைப் பற்றி விளக்கி விடுவது அவசியம் என்று தோன்றுகிறது.

இது... புனைவும் இல்லை! வரலாறும் இல்லை! ஒருசில மணி நேரத்துக்கு முன்புதான் ஜன்னலிலிருந்து வெளியே குதித்துத் தற்கொலை செய்துகொண்ட மனைவியின் சடலம் மேசையில் கிடத்தப்பட்டி ருக்கும் ஒரு சூழலில்... அந்தக் கணவனின் நிலையைக் கொஞ்சம் கற்பனை செய்து பாருங்கள்! அவனது மனம் குழப்பத்தில் ஆழ்ந்திருக்கிறது. தன் எண்ணங் களை ஒருமுகப்படுத்தி சிந்திக்க அவனுக்கு இதுவரை நேரம் கிடைக்கவில்லை. அதே அறையில் குறுக்கும் நெடுக்குமாக உலவியபடி, நடந்துபோன சம்பவத்துக் கான காரணத்தைக் கண்டறியவும், தன் சிந்தனை களை ஒரு புள்ளியில் குவித்துக்கொள்ளவும் அவன்

முயன்றுகொண்டிருக்கிறான். மேலும் இயல்பிலேயே அவன் சற்றுக் கலக்கமான மனநிலை கொண்டவன், தனக்குத்தானே பேசிக் கொள்ளும் வழக்கத்தை உடையவன். அவ்வாறே இங்கும் அவன் முழுக்கதையையும் தனக்குத்தானே சொல்லிக்கொண்டு தெளிவு பெற முயல்கிறான்.

கோவையாக எதைப் பேசும் மனநிலையிலும் அவன் இல்லை என்பதால், அவன் முன்வைக்கும் விவாதங்களும், அவன் வெளிப் படுத்த விரும்பும் உணர்வுகளும் பலமுறை ஒன்றுக்கொன்று முரண் பட்டுக்கொண்டே இருக்கின்றன. தன்னை நியாயப்படுத்தியும் அவள்மீது குற்றம் சுமத்தியும் அவன் தர முயலும் விளக்கங்கள் இந்தச் சந்தர்ப்பத்துக்குப் பொருத்தமில்லாமல் இருக்கின்றன. இங்கே ஒரு கடினமான சித்தமும் இதயமும் இருப்பது போலவே ஆழமான உணர்வும்கூட இருக்கிறது.

நடந்த எல்லாவற்றையும் தனக்குத்தானே உள்ளபடி விளக்கிக் கொண்டு தன் எண்ணங்களை ஒரு புள்ளியில் குவித்துக்கொள் கிறான் அவன். தன் நினைவின் ஆழத்திலிருந்து அவன் மீட்டெடுக் கும் ஞாபகங்கள் தவிர்க்க முடியாததான ஒரு உண்மைக்கு அருகில், அவனை இறுதியில் கொண்டு போய்ச் சேர்க்கின்றன. உண்மை... அவனது சித்தத்தையும் இதயத்தையும் விசாலமாக்கி விரிவடைய வைக்கிறது. தொடக்கத்தில் இருந்த ஒழுங்கற்ற போக்கும்கூட விலகிப் போய்க் கதையின் தொனியே மாற்றமடைந்துவிடுகிறது. துரதிருஷ்டக்காரனான அந்த மனிதனுக்கு மிகத் தெளிவாகவும் உறுதியாகவும் உண்மை துலக்கமாகிறது. குறைந்தபட்சம் அவன் சார்ந்த உண்மைகளாவது அவனுக்குப் புரிபடத் தொடங்குகின்றன.

இந்தக் கதையின் கருப்பொருள் இதுதான். ஆனால் கதையோடு நேரடியாக சம்பந்தமில்லாத பல குறுக்கீடுகளும், இடை வெளிகளும் நடுவில் வந்துகொண்டே இருப்பதால், இது... ஒருசில மணிநேரம் நீண்டு செல்லக் கூடியதாக இருக்கிறது. மேலும் இந்தக் கதை, ஒரு திட்டமிட்ட ஒழுங்குமுறையிலும் சொல்லப்படவில்லை.

சில நேரங்களில் அவன் தனக்குத்தானே பேசிக்கொள்கிறான்...! சில சமயங்களில்... கண்ணுக்குத் தெரியாத நீதிபதியைப் போன்ற ஒரு பார்வையாளனிடம்...! சொல்லப்போனால் உண்மையான வாழ்க்கையில் நடப்பதும் இதைப் போன்றதுதான்! அவனுடைய பேச்சைப் பிரதி எடுக்கும் எவராவது ஒருவர் அதைச் சுருக் கெழுத்தில் பதிவு செய்ய முற்பட்டால் - அது நான் இப்போது சொல்லிக்கொண்டிருப்பதைப் போல, முழுமை பெற்றதாக இருக்காது; அரைகுறையாகவும் கரடுமுரடாகவுமே இருக்கும். ஆனால், உளவியல்

ரீதியிலான கதைத் தொடர்ச்சி கிட்டத்தட்ட (நான் சொல்வதைப் போல) அப்படியேதான் இருக்கும்.

இந்தக் கதையைச் சுருக்கெழுத்தில் அப்படியே பிரதி எடுத்தால் எப்படி இருக்கும் (அதற்குப் பிறகு நான் அதைச் செம்மை செய்வேன் என்பதை விட்டுவிடுங்கள்!) என்ற எண்ணம்தான் இதில் நம்ப முடியாத விநோதமான கூறு ஒன்று இருப்பதாக என்னை நினைக்க வைக்கிறது.

ஆனால்... இதே மாதிரியிலோ... அல்லது கிட்டத்தட்ட இதுபோலவோ சில நாவல் முயற்சிகள் மேற்கொள்ளப்பட்டதுண்டு. தனது மிகச் சிறந்த படைப்பான 'சாவதற்கு சபிக்கப்பட்ட மனிதனின் கடைசி நாள்' என்ற விக்டர் ஹ்யூகோவின் நாவலில் ஏறக்குறைய இதே பாணி கையாளப்பட்டிருக்கிறது. பிரதி எடுப்பவனைப் பற்றிய சிந்தனை அதில் இல்லை. ஆனால் அதையும் மீறியதாய்... நடக்கவே முடியாத வேறொன்றைத் துணையாகக் கொண்டிருக்கிறார் அவர். மரண தண்டனை விதிக்கப்பட்ட ஒரு மனிதன், தனது கடைசி நாள்... கடைசி மணி... கடைசி நிமிடம் வரை நாட்குறிப்பு எழுதிக்கொண்டிருப்பதாக (அதற்கான நேரமும் அவனுக்கு இருப்பதாக) அவர் அதில் கற்பனை செய்திருக்கிறார். தனது நாவலை இப்படிப்பட்ட விநோதமான ஒரு பாணியில் அவர் சொல்லாமல் இருந்திருந்தால், அவர் எழுதியதிலேயே மிக மிக யதார்த்தமானதும் உண்மை நிறைந்ததுமான அந்தப் படைப்பு இன்றுவரை நிலைத்திருக்க முடியாது.

பாகம் – 1

அத்தியாயம் – 1
நான் யார்? அவள் யார்?

அவள் இங்கே இருக்கும்வரை எல்லாம் சரியாகவே இருக்கும். நான் நிமிடத்துக்கு ஒருமுறை எழுந்து சென்று அவளைப் பார்த்துவிட்டு வருகிறேன். ஆனால்... நாளை அவளைத் தூக்கிக்கொண்டு போய்விடுவார்கள். பிறகு... நான் இங்கே தனியாக இருப்பது எப்படி சாத்தியம்?

வரவேற்பறையில் உள்ள மேஜைமீது அவள் இப்போது இருக்கிறாள். சீட்டாடுவதற்கான இரு மேஜைகள் ஒன்றாகச் சேர்த்துப் போடப்பட்டிருக்கின்றன. நாளைக்கு சவப்பெட்டியைக் கொண்டு வந்துவிடுவார்கள். வெண்ணிறமான சவப்பெட்டி! வெள்ளை நிறப் பட்டுத் துணி!

ஆனால், இப்போது முக்கியமானது அது இல்லை!

நான் திரும்பத் திரும்ப நடந்துகொண்டே இருக்கிறேன்...! எல்லா விஷயங்களையும் நானே எனக்கு விளக்கிக்கொள்ள முயற்சி செய்துகொண்டிருக்கிறேன். கடந்த ஆறு மணி நேரமாக... இதைப் பற்றி எனக்கு நானே விளக்கிக்கொள்ள முயன்றுகொண்டிருக்கிறேன். ஆனால், என் எண்ணங்களையெல்லாம் ஒரே புள்ளியில் குவித்துக்கொள்ள என்னால் முடியவில்லை. எனக்கு அது இயலவில்லை! அது எனக்கு சாத்தியமாகவில்லை!

பிரச்சினை என்ன தெரியுமா? நான் எப்பொழுதும் நடந்து கொண்டே இருக்கிறேன்...! நடந்துகொண்டே....! ஆமாம்... நடந்து கொண்டே....!

சரி...! இப்பொழுது சொல்கிறேன்! இதுதான் நடந்தது! நடந்ததை நடந்தபடியே எளிமையாகச் சொல்கிறேன். எந்த வரிசைப்படி நடந்ததோ... அதே வரிசை முறையில்! (வரிசை...!)

கனவான்களே! பெருமாட்டிகளே! நான் ஒரு இலக்கிய வாதியைப் போல நடித்துக்கொண்டிருக்கவில்லை; அதை நீங்களே தெரிந்து வைத்திருக்கிறீர்கள் என்பதும் எனக்குத் தெரியும்.

தமிழில் : எம்.ஏ. சுசீலா

சரி... அதைப் பற்றி ஒன்றுமில்லை! நான் புரிந்துகொண்ட விதத்தில் சொல்கிறேன் கேளுங்கள். இதிலுள்ள கொடுமையே அதுதானே! எல்லாவற்றையும் நான் புரிந்து வைத்திருக்கிறேன் என்பதுதானே?

உங்களுக்குக் கட்டாயம் எல்லாமே தெரிந்தாக வேண்டுமென்றால்... முதலிலிருந்து ஆரம்பித்து நான் எல்லாவற்றையும் சொல்ல வேண்டுமென்றால்... நல்லது... அப்படியே சொல்கிறேன்!

தன்னிடத்திலுள்ள பொருட்களை அடகு வைப்பதற்காக என்னிடம் வந்தபோதுதான் அவளை முதல் முறையாகச் சந்தித்தேன். 'வாய்ஸ்' பத்திரிகையில் ஒரு விளம்பரம் தருவதற்கு அவளுக்குச் சிறிது பணம் தேவைப்பட்டது. வீட்டையும் குழந்தை களையும் மேற்பார்வை செய்யும் ஆயா வேலைக்காக அவள் முயற்சி செய்து கொண்டிருந்தாள். கிராமப்புறத்தில் தங்குவதற்கோ... அவரவர் வீடுகளுக்கே சென்று குழந்தைகளுக்குப் பாடம் சொல்லித் தருவதற்கோ... இன்னும் இதுபோன்ற வேறெதற்குமே அவளுக்கு ஆட்சேபனை இருக்கவில்லை.

இந்த விஷயம், அப்படித்தான் தொடங்கியது! அந்த நேரத்தில் மற்றவர்களிடமிருந்து அவள் மாறுபட்டிருக்கிறாள் என்றெல்லாம் நான் நினைத்துக்கூடப் பார்க்கவில்லை. அவளும் மற்றவர்களைப் போல ஒருத்தியாக வந்து போய்க்கொண்டிருந்தாள். அவ்வளவு தான்! ஆனால் நாளாக ஆக... அவள் சற்று வித்தியாசமானவளாக இருப்பதை நான் கவனிக்கத் தொடங்கினேன்.

சுமாரான உயரம் கொண்ட அவள், வெளிறிப்போய் மிகவும் மெலிவாகவும் பலவீனமாகவும் இருந்தாள். ஏதோ ஒரு தர்மசங்கடத்தில் இருப்பதைப் போல எப்போதும் என்னிடம் சிறியதொரு கூச்சத்துடனேயே அவள் நடந்துகொள்வாள். (மற்றவர்களிடமும் கூட அவள் நடந்துகொள்வது அப்படித்தான் இருக்க முடியும் என்று என்னால் எண்ணாமல் இருக்க முடியவில்லை. அவளைப் பொறுத்த வரையில் நானும் அவர்களைப் போல ஒருவன், அவ்வளவுதான்! என்னை அடகு பிடிப்பவனாகக்கூட அவள் நினைக்கவில்லை.)

பணத்தைப் பெற்றுக்கொண்ட அடுத்த நிமிடமே ஒரு வார்த்தை கூடப் பேசாமல் அவள் ஓடிப் போய்விடுவாள். என்னிடம் அடகு வைக்க வரும் மற்றவர்களெல்லாம் இன்னும் அதிகமான தொகை வேண்டும் என்று விவாதிப்பார்கள். கெஞ்சுவார்கள். ஆனால் இவள் அப்படி இல்லை. நான் என்ன கொடுத்தாலும் அதை அப்படியே ஏற்றுக்கொண்டுவிடுவாள்.

விஷயங்களை ஒன்றோடொன்று குழப்பிக்கொண்டிருக்கிறேன் என்று நினைக்கிறேன்... பரவாயில்லை! கேளுங்கள்.

அடகு வைப்பதற்கு அவள் கொண்டு வந்த பொருட்கள்தான் என் கவனத்தை முதலில் ஈர்த்தன. வெள்ளி முலாம் பூசப்பட்ட காதணிகள்! விலை மலிவான ஒரு பதக்கம்! ஆறு பென்ஸுக்கு மேல் தருவதற்கு எந்தப் பொருளுமே இல்லை. அவற்றின் பெறுமானம் மூன்று பென்ஸ் மட்டும்தான் என்பதை உண்மையில் அவளே உணர்ந்திருந்தாள்! ஆனால், அவளைப் பொறுத்தவரை அவை விலைமதிப்பற்றவை என்பதை என்னால் புரிந்துகொள்ள முடிந்தது. சரியாகச் சொல்லப் போனால் அவளது பெற்றோர் அவளுக்கு விட்டுவிட்டுப் போயிருப்பவை அவை மட்டும்தான்! அவளது பொருள்களைப் பார்த்துப் புன்னகை புரிய ஒரே ஒரு முறை எனக்கு நானே அனுமதி வழங்கிக்கொண்டேன். பொதுவாக அப்படிப்பட்ட செயல்களுக்கு நான் இடம் தருவதில்லை.

வாடிக்கையாளர்களோடான கொடுக்கல் வாங்கலைப் பொறுத்தவரையில் என் பாவனைகள் எல்லாமே நாகரிகமான ஒரு கனவானைப் போலத்தான் இருக்கும். குறைவான சொற்கள்! மரியாதை, அதே நேரம் கண்டிப்பு இரண்டும் கலந்த சொற்கள்! (இரக்கமே இல்லாத கடுமை... கடுமை... கடுமை...!)

ஆனால்... முயல் தோலால் செய்யப்பட்ட பழைய கோட் ஒன்றின் மிச்சம் மீதிகளை (உண்மையாகவே அப்படித்தான்!) அவள் ஒரு நாள் என்னிடம் கொண்டு வந்தபோது, அதைப் பார்த்து மிக இலேசான பரிகாசம்கூடச் செய்யாமலிருக்க என்னால் முடியவில்லை. ஐயோ! அப்போது அவள்தான் எப்படிக் கூச்சப்பட்டாள்? ஆவல் ததும்பும் அவளது மிகப் பெரிய நீலக்கண்கள்தான் அப்போது எப்படிச் சுடர் விட்டன...? ஆனாலும் ஒரு வார்த்தைகூடப் பதில்பேசாமல் தன் மிச்சம்மீதி எல்லாவற்றையும் பொறுக்கிக்கொண்டு வெளியே சென்றாள் அவள். அப்போதுதான் முதல் முறையாக என் தனிப்பட்ட கவனம் அவள்மீது சென்றது. அவளைப் பற்றி (வேறுவிதமாக... விசேஷமாக யோசித்துப் பார்க்கவும் ஆரம்பித்தேன். அதோடு கூடவே எனக்கு இன்னொன்றும் நினைவிருக்கிறது... அவளைப் பற்றிய மற்றொரு ஞாபகப் பதிவு!

அது என்னவென்பது உங்களுக்கு உண்மையிலேயே தெரிய வேண்டுமா...?

அவளைப் பற்றிய நினைவுகள் எல்லாவற்றிலும் முக்கியமானதும் பிற எல்லாவற்றுக்குமே அடிப்படையாக அமைந்ததும் அதுதான்! அவள்... மிக மிக இளமையானவளாக இருந்தாள் என்பதே அது. அவளுக்குப் பதினைந்து வயதுக்குக் கூடுதலாக ஒரு நாள்கூட ஆகியிருக்காது என்று சத்தியம் செய்யவும் நான் தயாராக இருந்தேன். அந்த அளவுக்கு இளமையானவளாக இருந்தாள் அவள். ஆனால்,

சரியாகச் சொல்ல வேண்டுமென்றால் அவளுக்குப் பதினைந்து வயதும் ஒன்பது மாதமும் ஆகியிருந்தது.

ஆனால், நான் சொல்ல வந்தது அதைப் பற்றியும் இல்லை!

அவள் மறுநாளே மீண்டும் என்னிடம் வந்தாள். தோப்ரோன் ராவோவ் மற்றும் மோசர் ஆகிய இருவரிடமும்கூட அவளது விலை மதிப்பற்ற அந்தக் கம்பளிக்கோட்டை எடுத்துச்சென்று அடகு வைக்க அவள் முயன்றிருப்பது எனக்குப் பிறகுதான் தெரியவந்தது. அந்த இருவரும் தங்கத்தைத் தவிர வேறு எதையும் அடகுப் பொருளாகப் பெற்றுக்கொள்வதில்லை என்பதால் அவளோடு பேசக்கூட மறுத்துவிட்டிருக்கிறார்கள். அதற்கு நேர்மாறாக நானோ அவளிடமிருந்து ஒரு சிறு பதக்கத்தைக்கூடப் பெற்றுக்கொண்டிருக்கிறேன் (உண்மையில் அதுவும்கூட மிக மலிவானதுதான்!) பிறகு அதைப் பற்றி எண்ணிப் பார்த்து நானே வியப்பும் அடைந்திருக்கிறேன். காரணம்... தங்கத்தையும் வெள்ளியையும் தவிர வேறு எதையும் ஏற்றுக்கொள்ளாத நான், அவளிடமிருந்து மட்டும் கல் வைத்த பதக்கத்தை எப்படி ஏற்றுக்கொண்டேன் என்பதை எண்ணித்தான்!

இரண்டாவது முறையாக நான் அவளை அப்போதுதான் நினைத்துப் பார்த்தேன். அது... எனக்கு மிக நன்றாக ஞாபகம் இருக்கிறது.

இந்த முறையும் மோசரால் திருப்பியடிக்கப்பட்டு, புகைக்குழாய் ஒன்றை என்னிடம் எடுத்து வந்தாள் அவள். ஒரு கலைப்பொருளாக மதிப்பிடும்போது அது மோசமில்லைதான். ஆனால், என்னைப் பொறுத்தவரை அதற்கு எந்த மதிப்பும் இல்லை. காரணம், நாங்கள் தங்க நகைகளோடு மட்டுமே புழக்கம் வைத்துக் கொள்பவர்கள். அதை எடுத்துக்கொண்டு போய்ப் போராடிப் பார்த்துவிட்டு மறுநாள் என்னிடம் வந்த அவளை நான் கடுமையாகத்தான் எதிர்கொண்டேன். உணர்ச்சியில்லாத வறட்சியான பாவனையே கடுமையைக் காட்ட நான் கையாளும் வழி. ஆனாலும்கூட இரண்டு ரூபிள்களை அவளிடம் தந்தபோது,

“இப்படி நான் செய்வது உனக்காக மட்டும்தான். இந்த மாதிரி மோசமான ஒரு பொருளை மோசர் உன்னிடமிருந்து ஏற்றுக் கொள்ளவே மாட்டான்” என்று கொஞ்சம் கோபமாகச் சொல்லாமலிருக்க என்னால் முடியவில்லை.

‘உனக்காக மட்டும்தான்!’ என்ற வார்த்தையில் வேண்டுமென்றே குறிப்பாக ஒரு அழுத்தம் கொடுத்தேன். ஒரு உள்ளர்த்தத்தோடு மட்டுமே நான் அப்படிச் சொன்னேன். அப்போது என்னிடம் கோபம் மேலோங்கி இருந்தது. ‘உனக்காக மட்டும்’ என்று

நான் சொன்னதைக் கேட்டதும், அவள் முகம் கூச்சத்தால் சிவந்தது. ஆனாலும்கூட அவள் அந்த அவமானத்தை விழுங்கிக்கொண்டாளே தவிர, பணத்தைத் திருப்பி என் முகத்தில் வீசி எறியவில்லை. சாதுவான ஒரு ஆட்டுக் குட்டியைப் போல அதை எடுத்துக் கொண்டுவிட்டாள். வறுமை... ஒருவரை அப்படி ஆக்கிவிடுகிறது. ஆனால்... கடவுளே! அவள்தான் எப்படிக் கூசிப்போயிருந்தாள்? அவளது உணர்வுகளைப் புண்படுத்திவிட்டதை நான் நன்றாகவே உணர்ந்திருந்தேன். ஆனால், அவள் வெளியே சென்றதும்,

'அவளை வெற்றி கொண்டதற்கு விலை இரண்டு ரூபிள்கள், அப்படித்தானே?' என்று சட்டென்று எனக்கு நானே கேட்டுக் கொண்டேன்.

'ஐயோ!' அதே கேள்வியை இரண்டு தடவை எனக்குள் கேட்டுக் கொண்டேன். பிறகு... மனதுக்குள் சிரித்தபடி 'அது அப்படித்தான்' என்று முடிவு செய்துகொண்டேன். அந்தச் சமயத்தில் நான் உல்லாச மான மனநிலையுடன் இருந்தேன். ஆனால், தவறான நோக்கத்தோடு கூடிய உணர்வு எதுவும் என்னிடம் இல்லை. நான் வேண்டுமென்று தான் அப்படிச் செய்தேன். அவளுக்கு ஒரு பரீட்சை வைக்க நான் ஆசைப்பட்டேன். திடீரென்று அவளோடு தொடர்புடைய சில திட்டங்கள் எனக்குள் உதிக்கத் தொடங்கியிருந்ததால் நான் அப்படிச் செய்ய விரும்பினேன்.

அது... அவளைப் பற்றிய என்னுடைய மூன்றாவது மனப்பதிவு!

நல்லது... அப்போது முதல் ஆரம்பித்ததுதான் இது எல்லாம்! அவளைப் பற்றிய விஷயங்களைத் தெரிந்துகொள்ள வேறு வழி களில் நான் முயற்சி செய்துகொண்டிருந்தேன். அடுத்த முறை அவள் வரப்போவதைக் குறிப்பாக எதிர்நோக்கியபடி நான் பொறு மையில்லாமல் காத்திருந்தேன். விரைவிலேயே அவள் வரக்கூடும் என்ற உள்ளுணர்வு எனக்கு இருந்தது. அதேபோல அவள் வந்தாள். அவள் வந்ததும் மிக மிக அமைதியான முறையில் நான் அவளோடு பேசத் தொடங்கினேன். முடிந்த வரை நாகரிகமாக நடந்து கொண்டேன்.

நான் நன்றாகப் படித்திருப்பவன். என் பழக்க வழக்கங்கள் குறை கூற முடியாதவைதான்!

சரி... இருக்கட்டும்! அந்த வேளையிலேதான் அவள் நல்ல வளாகவும் மென்மையானவளாகவும் இருப்பதை நான் புரிந்து கொண்டேன். நல்லவர்களாகவும் மென்மையானவர்களாகவும் இருப்பவர்கள் அப்படி வெகுகாலத்துக்கு இறுக்கமும் விலக்கமும் காட்டுவதில்லை. அவர்கள் தங்கள் இதயத்தை முழுமையாகத்

திறந்து காட்டாமல் இருக்கலாம். உரையாடலைத் தொடர்ந்து எப்படி எடுத்துச் செல்வது என்பதும் அவர்களுக்குத் தெரியாமல் இருக்கலாம். ஓரிரண்டு வார்த்தைகளில் பதிலளிப்பவர்களாகவும் அவர்கள் இருக்கலாம். ஆனால்... கொஞ்ச காலம் பழகிப் போய் ஒரு ஈர்ப்பு ஏற்பட்டுவிட்டதென்றால் உடனே அவர்கள் பதிலளிக்க ஆரம்பித்துவிடுவார்கள். வாய் ஓயாமல்கூடப் பேசத் தொடங்கிவிடுவார்கள்...! அந்தப் பேச்சில் நீங்கள் அலுத்துப் போகாதவரை முடிந்தவரையில் அதைப் பயன்படுத்திக்கொண்டுவிட வேண்டும் என்று நீங்கள் நினைக்காதவரை... எல்லாம் சரிதான்!

அந்த முறை வந்தபோது அவள் என்னிடம் எதையுமே விரிவாக விளக்கவில்லை. இதை நான் சொல்லத் தேவையே இல்லை தான். நீங்களே அதை ஊகித்திருப்பீர்கள். 'வாய்ஸ்' பத்திரிகை பற்றியும், பிற விஷயங்கள் குறித்தும் நான் பிற்பாடுதான் கண்டு பிடித்தேன்.

அந்தச் சமயம், அவள் மிகுந்த தீவிரத்தோடு விளம்பரம் தந்து கொண்டிருந்தாள். முதலில் கொடுத்த விளம்பரம் சற்று உயர்வான தொனியில்,

'வீட்டு மேற்பார்வையாளராகப் பணிபுரியத் தயார். கிராமப் புறமென்றாலும் ஆட்சேபனையில்லை. வேலை குறித்த நிபந்தனை களை அஞ்சலில் தெரிவிக்கலாம்' என்பதுபோல எழுதப்பட் டிருந்தது.

அடுத்த முறை,

'எந்த வேலையென்றாலும் ஏற்றுக்கொள்ளத் தயார். பாடம் சொல்லித்தர, பேச்சுத் துணையாக இருக்க, வீட்டைக் கவனித்துக் கொள்ள, வயதான பெண்மணிக்குத் தாதியாக இருக்க, தையல் வேலை செய்ய என்று எதுவானாலும் ஏற்றுக்கொள்ளத் தயார்.' என்று வழக்கமான பாணியில் இருந்தது.

இந்த விளம்பரங்கள் எல்லாம் பல தடவை, பல மாதிரியாகப் பிரசுரமாகிக்கொண்டே இருந்தன. கடைசியில் எதுவுமே பலனளிக் காதபோது,

'சம்பளம்கூடத் தேவையில்லை. உணவும் தங்கும் இடமும் போதும்' என்றுகூட அவள் விளம்பரப்படுத்த ஆரம்பித்துவிட்டாள். ஆனாலும் எதுவுமே நடக்கவில்லை. அவளுக்கு வேலை கிடைக்கவே இல்லை.

அப்போதுதான் கடைசித் தடவையாக அவளை ஒரு பரீட்சைக்கு உட்படுத்த எண்ணினேன். 'வாய்ஸ்' பத்திரிகையின்

சமீபத்திய இதழில் வந்திருந்த வேறொரு விளம்பரத்தை சட்டென்று அவளிடம் எடுத்துக் காட்டினேன்.

'ஆதரவற்ற இளம்பெண் ஒருத்திக்கு வேலை தேவை! சின்னக் குழந்தைகளை மேற்பார்வை செய்துகொள்ளவும், வீட்டு வேலை செய்யவும் தயார் (குழந்தைகளின் தந்தை மனைவியை இழந்த முதியவராக இருப்பது நல்லது)' என்று அது எழுதப்பட்டிருந்தது.

"இதைப் பார்த்தாயா? இன்று காலையில் வந்த விளம்பரம் இது. நான் வேண்டுமானால் சவால் விடுகிறேன். இன்று மாலைக் குள் அவளுக்குக் கட்டாயம் வேலை கிடைத்துவிடும் பார்! அப்படித் தான் விளம்பரம் கொடுக்க வேண்டும் தெரியுமா?" என்றேன் நான்.

அதைக் கேட்டதுமே கூச்சமடைந்தாள் அவள். கோபத்தில் கண்கள் கனல உடனடியாக அங்கிருந்து ஓடிப்போய்விட்டாள்.

அது எனக்கு மிகவும் பிடித்திருந்தது. அப்பொழுதே நான் எல்லாவற்றையும் உறுதிப்படுத்திக்கொண்டிருந்தேன். இல்லை யென்றால் புகைக்குழாயை எவராவது அடகுப் பொருளாக ஏற்றுக்கொள்வார்களா என்ன? அதற்குமேல் அடகு வைக்க அந்த மாதிரி வேறு எந்தப் பொருளும் அவளிடமும் இல்லை.

நான் எண்ணியது சரியாகப் போயிற்று! இரண்டு நாட்கள் கழிந்த பிறகு அவளே என்னிடம் திரும்ப வந்துவிட்டாள். வெளிறிப் போய்ப் பதற்றத்துடன் தென்பட்டாள். அவளது வீட்டில் ஏதாவது ஒரு பிரச்சினை இருக்கலாமென்று நான் நினைத்துக்கொண்டேன். அது சரியாகவும் இருந்தது! அந்தச் சிக்கல் என்னவென்பதை உங்களிடம் சொல்கிறேன். அதற்கு முன்னதாக, நான் அவளது கவனத்தை எப்படிக் கவர்ந்தேன் என்பதையும் அவளது மதிப்பில் திடீரென்று எப்படி உயர்ந்தேன் என்பதையும் முதலில் சொல்கிறேன்.

எனக்குள் அவசரமாக ஒரு திட்டம் உருவாகியிருந்தது.

ஒரு நாள் அவள் அடகு வைப்பதற்காக தெய்வ உரு ஒன்றைக் கொண்டு வந்திருந்தாள். (வேறு எந்த வழியும் இல்லாமல் போன தாலேயே அதைக் கொண்டு வர அவள் துணிந்திருக்க வேண்டும்.)

சரி... நான் சொல்வதைக் கவனியுங்கள்! தயவு செய்து கவனியுங்கள்! அப்போதுதான் எல்லாமே தொடங்கியது...!

இதுவரை நான் ஏதோ குழப்பியடித்துச் சொல்லிக்கொண் டிருப்பதாகவே நினைக்கிறேன். எல்லாவற்றையும், ஒவ்வொரு விவரத்தையும், ஒவ்வொரு சிறிய விஷயத்தையும் நினைவுக்குக் கொண்டு வர நான் முயன்றுகொண்டிருக்கிறேன்! என் எண்ணங ்களையெல்லாம் ஒரு புள்ளியில் குவித்துக்கொள்ள முழுநேரமும் நான்

தமிழில் : எம்.ஏ. சுசீலா ● 67

பாடுபட்டுக்கொண்டிருக்கிறேன்... ஆனாலும்... என்னால் ஏனோ அப்படிச் செய்ய முடியவில்லை. சின்னச் சின்ன விஷயங்கள்கூட மிகவும் முக்கியமானவை! ஆமாம்... எல்லாச் சின்ன விஷயங்களுமே பயங்கர முக்கியத்துவம் கொண்டவைதான்!

கன்னிமேரியின் உருவச்சிலை அது! குழந்தையோடு இருக்கும் கன்னிமேரி! அவளது குடும்பத்தார் வழிவழியாகத் தங்கள் வழிபாட்டுக்காகப் பயன்படுத்தி வந்திருக்கும் ஒரு பழமையான சிலை அது. தெய்வ உருவம் பதிக்கப்பட்டிருந்த உலோகத்தில் வெள்ளி முலாம் பூசப்பட்டிருந்தது. மிஞ்சி மிஞ்சிப் போனால் ஆறு ரூபிள் மட்டுமே பெறக்கூடியது அது. ஆனால், அவளைப் பொறுத்தவரை அந்தப் பொருள் அவளுக்கு மிகவும் அருமையானது என்பதை நான் புரிந்துகொண்டிருந்தேன்.

உலோகத்திலிருந்து தெய்வ உருவை வெளியே எடுக்காமல் அப்படியே அதை அடகு வைக்கக் கொண்டு வந்திருந்தாள் அவள்.

"உலோகத்தை மட்டும் எடுத்துக் கொடுத்துவிட்டு தெய்வ உருவை நீ கொண்டு போய் விடலாமே?" என்றேன் நான். "தெய்வத்தின் உருவத்தைப் போய் அடகு வைப்பது..."

"ஏன் அப்படிச் செய்யக் கூடாதா? அதைப் பெற்றுக்கொள்ள உங்களுக்கு அனுமதி இல்லையா?" என்றாள் அவள்.

"இல்லையில்லை...! அப்படியெல்லாம் எதுவுமில்லை. நான் தாராளமாக அதை எடுத்துக்கொள்வேன். ஆனால், நீ கொஞ்சம் யோசித்துப் பாரேன்."

"சரி... வேண்டுமானால் அதை வெளியே எடுத்துவிடுங்கள்."

"வேண்டாம்... இப்போது நான் சொல்வதைக் கேள். நான் எதையுமே எடுக்கவில்லை. அதோ அந்த விளக்குக்குக் கீழே இருக்கும் வேறு சில தெய்வ உருவங்களோடு சேர்த்து அதே பெட்டியில் இதையும் வைத்துவிடுகிறேன்."

அடகுக் கடையைத் தொடங்கிய நாள்முதல் பெட்டியிலுள்ள தெய்வ உருக்களின்மீது வெளிச்சம் படுமாறு ஒரு விளக்கை அமைத்து வைத்திருக்கிறேன்.

"உனக்கு அதற்காகப் பத்து ரூபிள் தருகிறேன்."

"எனக்குப் பத்து வேண்டாம். ஐந்தே போதும்! நான் உறுதியாக அதை மீட்டுக்கொண்டுவிடுவேன்!"

"சரி... நிச்சயமாக உனக்குப் பத்து ரூபிள் வேண்டாம்தானே...? ஆனால், அந்த உருவச் சிலை அந்த அளவு பெறக்கூடியதுதான்."

அவள் கண்கள் மீண்டும் கோபத்தோடு கனல்வதைப் பார்த்த படியே நான் அப்படிச் சொன்னேன். அவள் எந்த மறுமொழியும் கூறவில்லை. நான் அடுத்த அறைக்குச் சென்று அவளுக்காக ஐந்து ரூபிள்களை எடுத்துக்கொண்டு வந்தேன்.

"இதோ பார்! யாரையும் வெறுப்பாக இழிவாக நினைக்காதே. முன்பு ஒரு காலத்தில் நான் மிகவும் நெருக்கடியான ஒரு சூழ்நிலை யில் இருந்தேன். மிகமிக மோசமான ஒரு நெருக்கடி. இப்போது இந்த மாதிரி ஒரு தொழிலை நான் செய்துகொண்டிருக்கிறேன் என்றால் அதற்குக் காரணம் அதுதான்!"

"இந்தச் சமூகத்தைப் பழிவாங்குவதாக நினைத்துக்கொண் டிருக்கிறீர்களா...? அப்படித்தானா...?" என்றபடி சட்டென்று என்னை இடைவெட்டினாள் அவள். சற்று பரிகாசமாகப் புன்ன கைக்கவும் செய்தாள். ஆனாலும் அது அப்பாவித்தனமாகத்தான் இருந்தது. (பொதுவாக எல்லோரும் செய்யக்கூடிய புன்னகையைப் போலத்தான் அதுவும் இருந்தது. அந்த வேளையில் அவள் என்னை யும் மற்றவர்களையும் வேறுபடுத்திப் பார்க்கத் தொடங்கியிருக்க வில்லை) அதனால் அவள் குற்றம் சாட்டும் வகையில் சொன்னதாக நானும் நினைக்கவில்லை.

'ஓஹோ... நீ அந்த மாதிரி ஆளா...? என்னிடமே உன் வேலை யைக் காட்டுகிறாயா? இப்போது அரும்பத் தொடங்கியிருக்கும் புதுவகை இயக்கங்களில் நீ உறுப்பினராக இருந்தால்கூட நான் ஆச்சரியப்பட மாட்டேன்' என்று நினைத்துக்கொண்டேன்.

"இதோ பார்..." என்று தொடங்கி, பாதி வேடிக்கையாகவும் பாதி புதிராகவும் இப்படிச் சொன்னேன்,

"திட்டம் போடுவது கெட்டதாக இருந்தாலும் அதோடு கூடவே நல்லதையும் செய்கிற அதிகாரத்தின் ஒரு பகுதி நான்!"

அவள் என்மீது ஒரு பார்வையை வீசினாள். ஆர்வத்தை வெளிக்காட்டாமல் மறைத்துக்கொண்ட பார்வையாக அது இருந் தாலும், குழந்தைத்தனமான ஒரு ஆர்வம் அதில் இருந்ததை நான் கண்டுகொண்டேன்.

"கொஞ்சம் இருங்கள். இந்தச் சிந்தனை... யாரிடமிருந்து கடன் வாங்கியது? எங்கேயோ கேட்ட மாதிரி இருக்கிறதே?"

"நீ ஒன்றும் அப்படி மூளையைப் போட்டுக் கசக்கிக்கொள்ள வேண்டாம். ஃபாஸ்டிடம் சென்று மெஃபிஸ்டோபிலெஸ் தன்னை அறிமுகப்படுத்திக்கொள்ளும்போது சொல்பவை இந்த வார்த்தை கள். ஃபாஸ்ட் படித்திருக்கிறாயல்லவா?"

"இல்லை... நான் அதைப் பற்றிச் சொல்லவில்லை."

"ஓ... அந்தப் புத்தகத்தைப் படிக்கவில்லை என்றுதானே சொல்ல வருகிறாய்? நீ அதைக் கட்டாயம் படிக்க வேண்டும்! ஆனால்... உன் முகத்தில் இன்னும்கூட அந்தக் கேலிப் புன்னகையைப் பார்க்க முடிகிறது. நான் ஒரு அடகு பிடிப்பவன் என்பதை மறைத்துவிட்டு ஏதோ மெஃபிஸ்டோபிலெஸ் போல உன்னிடம் என்னைக் காட்டிக்கொள்ள நினைக்கிறேன் என்றெல்லாம் என்னைப் பற்றி மட்டமாகக் கற்பனை செய்துகொண்டுவிடாதே! ஒருதடவை அடகுத் தொழில் செய்ய ஆரம்பித்துவிட்டால் அவன் எப்போதுமே அடகுக் கடைக்காரன் மட்டும்தான்!"

"நீங்கள் மிகவும் வினோதமாகத் தெரிகிறீர்கள்! நான் ஒன்றும் உங்களிடம் அப்படியெல்லாம் சொல்ல வேண்டுமென்று நினைக்க வில்லை."

"நீங்கள் ஒரு படித்த மனிதராக இருப்பீர்கள் என்பதை நான் எதிர்பார்த்திருக்கவில்லை" என்றுதான் அவள் சொல்ல நினைத் திருப்பாள். ஆனால், உண்மையில் அப்படிச் சொல்லாவிட்டாலும் அவள் நினைத்தது எனக்குத் தெரிந்தது. அவளை சமாதானப் படுத்தி, சூழலைச் சற்று லகுவாக்க முயன்றேன் நான்.

"இதோ பார்... எந்தத் தொழிலிலுமே ஒருவரால் நல்லதும் செய்ய முடியும்! நான் என்னைப் பற்றிச் சொல்லவில்லை. கெட் டதைத் தவிர வேறெதையுமே நான் செய்யவில்லை என்பதை ஒத்துக் கொள்ளத் தயாராக இருக்கிறேன்."

"நிச்சயமாக...! எந்தத் தொழிலிலும் ஒருவரால் நல்லது செய்ய முடியும்தான்!"

என்னை வேகமாக... கூர்மையாகப் பார்த்துக்கொண்டே அப்படிச் சொன்னாள் அவள்.

"ஆமாம்... எந்தத் தொழிலிலுமேதான்!" என்று திடீரென்று சேர்த்துக்கொண்டேன்.

ஓ... எனக்கு எல்லாமே நினைவிருக்கிறது. அந்தக் கணங்கள் எல்லாமே...! இப்படிப்பட்ட இளம் பிராயமுடையவர்கள், நம் அன்புக்குரிய இளைஞர்கள் – புத்திசாலித்தனமாகவும், தன்னிச்சை யாகவும் எதையாவது சொல்ல விரும்பும்போது சட்டென்று அதை மறைத்துக்கொண்டுவிடுகிறார்கள். ஆனால்... 'நான் எப்படிப்பட்ட புத்திசாலித்தனத்தோடு... மிக இயல்பாகப் பேசுகிறேன் பார்' என்ற பாவனையில் அவர்கள் முகத்தில் நெளியும் கள்ளமில்லாத அந்தச் சிரிப்பு அவர்களைக் காட்டிக்கொடுத்துவிடுகிறது. என்னை ஒத்த

வயதில் இருப்பவர்கள் செய்வதைப் போல ஒரு வறட்டு ஜம்பம் இல்லை அது!

நான் சொன்னதை அவள் பெரிதும் நம்பினாள். மதித்தாள். உயர்வாக நினைத்தாள். அவள் எண்ணியதைப் போலவேதான் என் எண்ணமும் இருந்திருக்குமென்று உறுதியாக நம்பினாள். உண்மையாக இருப்பதென்பதுதான் எத்தனை முக்கியம்? அவர்கள் அப்படி உண்மையாக இருப்பதுதான் அவர்களுடைய வெற்றிக்குக் காரணம். அதை அவளிடம் பார்ப்பது மிகவும் இனிமையாக இருந்தது.

ஆமாம்...! எனக்கு எல்லாமே நினைவில் இருக்கிறது. நான் எதையுமே மறந்துவிடவில்லை. அவள் சென்றதுமே நான் என் மனதுக்குள் உறுதி எடுத்துக்கொண்டேன். அதே நாளன்று வெளியே சென்று அவளைப் பற்றிய கடைசிக் கட்ட விசாரிப்பையும் முடித்தேன். அவள் இப்போது இருக்கும் சூழ்நிலை பற்றிய சமீபத்திய தகவலைக்கூடக் கண்டுபிடித்தேன். அவளது கடந்த காலம் குறித்த எல்லாத் தகவல்களையும் அவர்களிடம் அப்போது வேலை பார்த்து வந்த லூகேர்யாவிடமிருந்து தெரிந்துகொண்டேன். என்னிடமும் சிறிது காலம் வேலை செய்திருப்பவள் அவள். எனக்குக் கிடைத்த தகவல்கள் மிகவும் வருத்தமளிப்பவையாக இருந்தன.

அவளால் அன்று எப்படி சிரிக்க முடிந்தது என்பதும் மெஃபிஸ் டோபிலெஸ் சொன்ன வார்த்தைகளைப் பற்றி ஆர்வத்தோடு கேட்டுக்கொள்ள அவளால் எப்படி முடிந்தது என்பதும் எனக்கு உண்மையாகவே புரியவில்லை! அதுவும் அப்படிப்பட்ட மோசமான ஒரு சூழ்நிலையில் அவள் இருந்தபோது அது எப்படித்தான் அவளுக்கு சாத்தியமாயிற்றோ?

ஆனால்... இளமை... அதன் வேகம்... அதுவே அதற்குக் காரணம்! அந்தச் சந்தர்ப்பத்தில் நான் அவளைப் பற்றி மகிழ் வோடும் பெருமையோடும் நினைத்துக்கொண்டது அப்படித்தான்! அதன் கூடவே பெருந்தன்மைப் பண்பும் இருக்கலாம்!

மலை உச்சியில்... அதன் விளிம்பில் நின்றுகொண்டிருக்கும் தருணத்தில்கூட கதேயின் உன்னதமான வார்த்தைகள் எனக்கு ஒளிபாய்ச்ச வல்லவை! ஆம்... இளமை என்பது எப்போதுமே பெருந்தன்மையும் கொண்டதுதான்! சில வேளைகளில் தவறாகக் கூடப் போகும் அளவுக்கு...!

நான் அவளைப் பற்றி... அவளைப் பற்றி மட்டுமே நினைத்துக் கொண்டிருந்தேன் என்பதையே சொல்ல எண்ணுகிறேன். மேலும் அப்போதே அவள் என்னுடையவள் என்று நான் நினைத்துக்

கொள்ளத் தொடங்கியிருந்தேன். எனக்கிருக்கும் அதிகாரத்தைப் பற்றி, எனக்குள்ள சக்தியைப் பற்றி எனக்குக் கணநேரம்கூட எந்தச் சந்தேகமும் ஏற்பட்டிருக்கவில்லை.

உலகில் மிக அதிகபட்சமாகக் கிளர்ச்சியூட்டும் எண்ணங்களில் அதுவும் ஒன்று! எந்தச் சந்தேகமும் இல்லாமல் இருப்பதென்பது தான் அது!

ஆனால்... எனக்கு என்னதான் ஆகிவிட்டது...? நான் இப்படியே போய்க்கொண்டிருந்தால் ஒரு மையத்தை நோக்கி வரவே முடியாமல் போய்விடும். ம்... சீக்கிரம்... சீக்கிரம்...

கடவுளே... நான் சொல்ல வந்தது இதுவும் இல்லையே?

அத்தியாயம் – 2
திருமண முன்மொழிவு

அவளைப் பற்றித் தெரிந்துகொண்ட செய்திகளையெல்லாம் ஒருசில வார்த்தைகளிலேயே விளக்கிவிடுகிறேன். அவளது பெற்றோர் நான் அவளைச் சந்திப்பதற்கு மூன்று வருடங்களுக்கு முன்பு இறந்துவிட்டார்கள். சமூகத்தில் அவ்வளவாக நல்ல பெயர் எடுத்திராத தன் அத்தைகளோடு அவள் வசித்து வந்தாள். 'நல்ல பெயர் எடுத்திராத' என்ற அடைமொழியும்கூட அவர்களைப் பற்றிக் குறிப்பிட அத்தனை பொருத்தமானதில்லைதான்! அத்தை களில் ஒருத்தி விதவை! ஆறு குழந்தைகளுக்குத் தாய்! மிகப் பெரிய குடும்பம் அவளுடையது. அவளது எல்லாக் குழந்தைகளுமே அடுத்தடுத்துப் பிறந்தவர்கள்.

மற்றொரு அத்தை வயதானவள். ஆயாவாக வேலை பார்த்து வந்தாள் அவள்.

இருவருமே அவ்வளவு நல்லவர்களில்லைதான்!

அவள் தந்தை அரசாங்கப் பணியில் இருந்தவர். அலுவலக குமாஸ்தாவாக வேலை பார்த்தவர். பரம்பரையான உயர்குடியைச் சேர்ந்தவரில்லை.

சுருங்கச் சொன்னால் எல்லாமே எனக்கு சாதகமாக இருந்தது. அவர்களோடு ஒப்பிடுகையில் நான் மேலானவனாகத்தான் தோன்றி னேன். புகழ்பெற்ற இராணுவப் பிரிவு ஒன்றின் ஓய்வுபெற்ற முதல் தளபதி நான். பிறப்பாலும் உயர்ந்தவன். சுதந்திரமானவன்.

நான் நடத்தி வந்த அடகுக்கடை, பணம் கடன் தருதல் ஆகிய தொழில்களையும் அந்த அத்தைகள் மரியாதையோடுதான் பார்த் திருப்பார்கள். அவள், தன் அத்தைகளிடம் மூன்று வருட காலம் அடிமைபோல வேலை செய்திருக்கிறாள். அதற்கு நடுவில் எப்படியோ போராடிப் பள்ளிப் படிப்பை முடித்ததோடு, தினசரி வேலை களுக்கிடையே தேர்ச்சியும் பெற்றுவிட்டாள். உயர்வான எதையோ அடைந்தாக வேண்டும் என்ற அவளது விருப்பத்துக்கு மேல் அதற் கெல்லாம் அர்த்தமில்லை.

நான் அவளைத் திருமணம் செய்துகொள்ள விரும்பியது ஏன்? கண்கள் கனல என்னைப் பார்ப்பாளே... அதற்காகவா? அதைப் பற்றிப் பிறகு சொல்கிறேன். ஆனால், உண்மையில் அதுவும் இங்கே முக்கியமில்லை.

அவள், தன் அத்தை குழந்தைகளுக்குப் பாடம் சொல்லித் தந்தாள். அவர்களது உள்ளாடைகளைக்கூட ஆயத்தப்படுத்திக் கொடுத்தாள். அதுமட்டுமல்லாமல் அந்த வீட்டின் தரையைத் துடைப்பது வரை எல்லாமே செய்தாள். தன் பலவீனமான இதயத்தை வைத்துக்கொண்டு இத்தனையும் செய்தாள். எல்லாவற்றுக்கும் மேல் அவர்கள் தரும் அடிகளையும் வாங்கிக்கொண்டாள். அவள் சாப்பிடும் ஒவ்வொரு துண்டு ரொட்டிக்கும் அவர்கள் அவளைப் பழித்தார்கள், ஏசினார்கள். இறுதியில் ஒரேயடியாக அவளை விற்றுவிடவும்கூடத் தீர்மானித்தார்கள்.

தொலைகிறது...! அருவருப்பான அந்தத் தகவல்களை நான் விட்டுவிடுகிறேன்.

அதைப் பற்றியெல்லாம் பிறகுதான் அவள் என்னிடம் சொன்னாள். அவர்களது பக்கத்து வீட்டிலிருந்த பருமனான ஒரு கடைக்காரன் இதையெல்லாம் பார்த்துக்கொண்டே இருந்திருக் கிறான். அவன் ஒரு சாதாரணக் கடைக்காரன் இல்லை. அவனுக்கு இரண்டு மளிகைக் கடைகள் சொந்தமாக இருந்தன. ஏற்கனவே தன் முதல் மனைவிகள் இரண்டு பேரைக் கல்லறைக்கு அனுப்பி விட்டு, மூன்றாவதாக ஒருத்தியைத் தேடிக்கொண்டிருந்த போதுதான் அவனது கண்கள் இவள்மீது பதிந்தன.

‘அமைதியானவள், வறுமையில் வளர்ந்தவள். தாயில்லாத என் குழந்தைகளை முன்னிட்டு அவளைத் திருமணம் செய்துகொள்ள லாம்’ என்று நினைத்தான் அவன். அவனுக்குக் குழந்தைகள் இருந்தது உண்மைதான்! அவளது அத்தைகளோடு திருமணப் பேச்சு வார்த்தையைத் தொடங்கிய அவன், அவளைத் தனக்கு மணம் செய்து தருமாறு கேட்டான். அவனுக்கு ஐம்பது வயதாகி யிருந்தது. நிஜமாகவே அதையெல்லாம் பார்த்து அவள் மிரண்டு போய்விட்டாள். அந்த நேரத்தில்தான் வாய்ஸ் பத்திரிகையில்

விளம்பரம் தருவதற்குப் பணம் வேண்டுமென்று என்னை நாடி வந்தாள்.

திருமணத்தைப் பற்றிச் சிந்தித்துப் பார்க்கத் தனக்குக் கொஞ்ச நேரமாவது தரும்படி தன் அத்தைகளிடம் கெஞ்சி மன்றாடியபடி இருந்தாள் அவள். அதுபோலவே அவர்களும் அவளுக்கு நேரம் தந்தார்கள்...! மிக மிகக் குறைவான நேரம்! ஒரு நிமிடத்துக்கு மேல் இல்லை அது!

அவளது வாழ்க்கையையே நரகமாக்கிக்கொண்டிருந்தார்கள் அவர்கள்.

'எங்கள் வயிறு நிரம்பவே எங்களுக்கு வழியில்லை... இதில் இன்னும் ஒரு ஆள் வேறு கூட இருந்தால் எப்படி' என்று ஏசினார்கள்.

எல்லாவற்றையும் தெரிந்து வைத்திருந்த நான், அன்று காலை அவள் என் கடைக்கு வந்து போனபிறகு தீர்மானமான ஒரு முடிவுக்கு வந்தேன்.

அன்று மாலையிலேயே அந்தக் கடைக்காரன் அவர்களைப் பார்ப்பதற்கு வந்தான். ஒரு ஷில்லிங் பெறுமானமுள்ள ஒரு பவுண்ட் இனிப்புகளை அவளுக்காகக் கொண்டு வந்திருந்தான் அவன். அவர்களை அவள் உபசரித்துக்கொண்டிருந்தபோது சமையலறை யிலிருந்து லூகேர்யாவை வெளியில் அழைத்த நான், ஒரு முக்கிய மான விஷயத்துக்காக வாசலில் காத்துக்கொண்டிருப்பதாகவும் அதை அவளிடம் இரகசியமாகச் சொல்லும்படியும் தெரிவித்தேன். என்னைப் பற்றி நினைத்துப் பார்த்தபோது எனக்கே பெருமையாக இருந்தது. என்னவோ தெரியவில்லை. அன்று முழுவதுமே நான் என்னைப் பற்றிய அதிகமான பெருமிதத்துடனேயே இருந்தேன்.

நான் கூப்பிட்டு அனுப்பியதில் திகைத்துப்போயிருந்த அவளிடம் வாசலில் நின்றபடி லூகேர்யாவையும் பக்கத்தில் வைத்துக் கொண்டு அவளைத் திருமணம் செய்துகொள்ள விரும்புவதாகச் சொன்னேன்! அது எனக்கு மகிழ்ச்சியும் திருப்தியும் அளிக்கும் என்றும் கூறினேன். திருமண முடிவைப் போய் இப்படி ஒரு பாணி யில் அதுவும் வீதியில் வைத்துச் சொல்வதற்காக ஆச்சரியப்பட வேண்டாம் என்று அவளிடம் நான் பணிவாகக் கேட்டுக் கொண்டேன்.

"நான் நேரடியான வெளிப்படையான ஒரு மனிதன். உன் சூழ்நிலை என்னவென்பதெல்லாம் எனக்குத் தெரியும்! அதை யெல்லாம் உன்னிடம் சொல்லிக்கொண்டிருப்பது அநாவசியம்."

நான் பொய்யாக எதுவும் சொல்லவில்லை. நான் வெளிப் படையான மனிதன்தான்! ஆனால், அதைப் பற்றி என்ன இப்போது...?

நான் படித்த மனிதன் என்று காட்டிக்கொள்வதைப் போல் அவளிடம் மிக மிக நாகரிகமாகப் பேசினேன்! எனக்கே உரித்தான தனித்தன்மையோடுதான்! அதுதான் மிகவும் முக்கியம்! சரி... அதை ஒத்துக்கொள்வதில் தவறென்ன?

நான் என்னைப்பற்றி மதிப்பிட விரும்புகிறேன். என்னை நானே எடைபோட்டுக் கொண்டுதான் இருக்கிறேன். நல்லது கெட்டது எல்லாவற்றையும் சேர்த்துத்தான் நான் பேசவேண்டும். நான் பேசுவது அப்படித்தான்...!

கொஞ்சம் முட்டாள்தனமாக இருந்தாலும்கூட அந்தக் கணத்தை அதன்பிறகு எப்போதுமே நான் மகிழ்ச்சியோடுதான் நினைவுகூர்ந்திருக்கிறேன்.

என்னிடம் குறிப்பாகச் சொல்லும்படி எந்தத் திறமையும் இல்லை. நான் அவ்வளவு நல்லவனும் இல்லை. நான் மிகவும் மட்டமான தன்முனைப்புக் கொண்டவன் (போகிற வழியிலேயே அந்தத் தொடரை யோசித்து வைத்திருந்தேன். அது எனக்குத் திருப்தியாக இருந்தது.) அதனாலேயே விரும்பத்தகாத பல இயல்புகள் என்னிடம் நிச்சயமாக இருக்கக்கூடும் என்றெல்லாம் துளிக்கூட தர்மசங்கடமே இல்லாமல் அவளிடம் என்னைப் பற்றி மிக மிக வெளிப்படையாக அப்போது சொல்லிவிட்டேன். அவளிடம் அதையெல்லாம் சொன்னபோது பிரத்தியேகமான ஒரு கர்வத்தோடுதான் அப்படிச் சொன்னேன். இப்படிப்பட்ட விஷயங்களை ஒருவர் எப்படிச் சொல்வார் என்பது நம் எல்லோருக்குமே தெரிந்ததுதான்.

என்னிடம் இருந்த மோசமான இயல்புகளை இத்தனை விரி வாகப் பேசிய பிறகு, என் நல்ல பண்புகளைப் பற்றிப் பேசமுடியாது. பேசக்கூடாது என்பதையும் நான் அறிந்து வைத்திருந்தேன். 'என் தீய குணங்களை ஈடுகட்டும் வகையில் என்னிடம் இன்னின்ன நல்ல குணங்கள் இருக்கின்றன' என்றெல்லாம் நான் சொல்ல வில்லை.

அப்போதைக்கு அவள் பயங்கரமாக மிரண்டுபோயிருந்ததை என்னால் காண முடிந்தது. ஆனால், நானும் அதற்காக எதையும் குறைத்துச் சொல்லவில்லை. அதற்கு நேர்மாறாக அவள் பயப்படு வதைப் பார்த்தபடியே ஒவ்வொன்றுக்கும் வேண்டுமென்றே அழுத்தம் கொடுத்துச் சொல்லிக்கொண்டு போனேன்.

சாப்பாட்டுக் கவலை அவளுக்கு இனி இல்லை என்றாலும், விலையுயர்ந்த ஆடைகள், நாடகக் காட்சிகள், 'பால்' நடனங்கள்

முதலியவற்றையெல்லாம் அவள் எதிர்பார்க்கக் கூடாது என்று நான் வெளிப்படையாகச் சொன்னேன். குறைந்தபட்சம்... தொடக்க நிலையிலாவது அது சாத்தியப்படாததுதான்! காலப்போக்கில் நான் எண்ணி வைத்திருக்கும் இலக்குகளை அடைந்த பிறகு ஒருவேளை அவை சாத்தியமானாலும் ஆகலாம். நான் பயன்படுத்திய கறாரான தொனி எனக்கு மிகவும் உவப்பாக இருந்தது.

அடகுக் கடை நடத்தும் தொழிலில் நான் ஈடுபட்டிருக்கிறேன் என்றால், அதற்குக் குறிப்பான ஒரு காரணமும் நோக்கமும் என்னுள் இருந்தது என்பதையும் அதற்குப் பின்புலமாகச் சில சூழ்நிலைகள் அமைந்ததையும் மிக இயல்பாகச் சொல்வதுபோல அவளிடம் கூறினேன். அப்படிச் சொல்வதற்கான எல்லா நியாயங்களும் என்னிடம் இருந்தன. உண்மையிலேயே ஒரு நோக்கமும் சூழலும் எனக்கு ஏற்பட்டுத்தான் இருந்தன.

சீமாட்டிகளே! கனவான்களே! தயவு செய்து ஒரு நிமிடம்... ஒரே ஒரு நிமிடம் இதைக் கேளுங்கள்!

"இந்த வட்டி வியாபாரத்தை நான் எப்போதுமே வெறுத்து வந்திருக்கிறேன்! வாழ்க்கை முழுவதும் வெறுத்து வந்திருக்கிறேன். அதனாலேயே இந்தச் சமூகத்தின்மீது நான் பழிவாங்கிக்கொண் டிருக்கிறேன்" என்பதுபோன்ற பூடகமான புதிரான தொடர் களெல்லாம் என்னைப் பொறுத்தவரை அபத்தமாகத் தோன்று கின்றன. ஆமாம்...! உண்மையாகவே அப்படித்தான்! அதனால் தான் இந்தச் சமூகத்தைப் பழிவாங்குவதாக அவள் சொன்னது பொருத்தமில்லை என்கிறேன் நான்!

"ஆமாம்... அப்படித்தான்...! நான் இந்தச் சமூகத்தைப் பழிவாங்கிக்கொண்டுதான் இருக்கிறேன். அதற்கென்ன...?" என்று அவள் முகத்துக்கு நேராகவே நான் வெளிப்படையாகச் சொல்லி, இன்று காலை செய்ததைப்போல அவளும் வெடித்துச் சிரித் திருந்தால் முழு விஷயமுமே கேலிக்குரியதாகியிருக்கும். ஆனால், மறைமுகமான, பூடகமான ஒரு தொடரைப் பயன்படுத்தியதால் அவரவருக்கு எது சாதகமானதோ அதை வைத்துக்கொள்ள முடியும். மேலும் அந்தச் சமயத்தில் நான் எதைப் பற்றியுமே கவலைப்பட அவசியமில்லாதவனாக இருந்தேன். எப்படிப் பார்த் தாலும் என்னைவிட அந்தப் பருமனான கடைக்காரனைத்தான் அவள் மிகவும் வெறுக்கக்கூடும் என்பதை நான் உணர்ந்திருந்தேன். அதனாலேயே வாசலில் வைத்துத் திருமணப் பேச்சை எடுத்தபோது அவளைக் காப்பாற்ற வந்த ரட்சகனாக நான் அவளுக்குத் தோன்றியிருக்கலாம். அதுபற்றி எனக்கு நன்றாகத் தெரிந்திருந்தது. சே...! ஒரு பெண்ணை மட்டும் பார்த்துவிட்டால் இந்த மனிதர்

களுக்கு எப்படிப்பட்ட அசிங்கமான, தந்திரமான உத்திகளெல்லாம் தெரிந்துவிடுகிறது?

ஆனால்... அது உண்மையிலேயே அசிங்கமானதுதானா? ஒரு மனிதனைப் பற்றி அப்படிப்பட்ட ஒரு தீர்ப்பைச் சொல்வது சரிதானா? அப்பொழுதுகூட நான் அவளை உண்மையாகவே நேசித்துக்கொண்டிருந்தேனே?

கொஞ்சம் பொறுங்கள்! அந்த நேரத்தில் அவளுக்கு உதவி செய்வது போன்ற பாவனையில் நான் எதுவுமே சொல்லவில்லை! மாறாக... எதிர்மறையாகத்தான் சொன்னேன்! ஆமாம்! முற்றிலும் மாறாக!

"இதோ பார்...! இப்படிச் செய்வதன் மூலம் எனக்கு உதவுபவள் நீதான்... நன்மை செய்பவள் நீதான்" என்று இதே வார்த்தைகளை நான் சொன்னேன். அப்படிச் சொல்லாமல் கட்டுப்படுத்திக் கொள்ள என்னால் முடியவில்லை. ஆனால், அது அபசுரமாக ஒலித்திருக்க வேண்டும். பயமும் திகைப்பும் கலந்த பாவனை ஒன்று அவள் முகத்தில் சட்டென்று ஓடிக் கடந்ததை என்னால் பார்க்க முடிகிறது.

ஆனால்... மொத்தத்தில் எனக்குச் சாதகமாகவே எல்லாம் நடந்தன! கொஞ்சம் பொறுமையாகக் கேளுங்கள்!

கேவலமான இந்த விஷயத்தை நினைவுக்குக் கொண்டுவர வேண்டுமென்றால், அதில் ஒட்டிக்கொண்டிருந்த மிருகத்தனமான கடைசி இணுக்கையும் நான் வெளிக்கொணர வேண்டும். அங்கே நான் நின்றுகொண்டிருந்தபோது, என் உள்ளத்தில் என்னைப் பற்றி ஓடிக்கொண்டிருந்த எண்ணம் இதுதான்.

'நான் வாட்டசாட்டமாக நல்ல உயரமாக இருக்கிறேன். நன்றாகப் படித்திருந்தாலும் அதைப்பற்றித் தம்பட்டம் அடித்துக் கொள்வதில்லை. பார்ப்பதற்கும்கூட நான் ஒன்றும் அவ்வளவு மோசமில்லை.'

அந்த நேரத்தில், என் நெஞ்சில் திரும்பத் திரும்ப எழுந்து கொண்டே இருந்த எண்ணம் அதுமட்டும்தான்!

சரி... விஷயத்துக்கு வந்துவிடலாம்!

அவள், அந்த வெளிவாசலில் வைத்தே – நேரடியாகவே என் முடிவை ஏற்றுக்கொண்டுவிட்டாள். ஆனாலும் தன் ஒப்புதலைத் தருவதற்கு முன்பு வாசலில் நெடுநேரம் அதுகுறித்து யோசித்துக் கொண்டிருந்தாள் என்பதையும் கூடவே குறிப்பிட்டாக வேண்டும்.

தமிழில் : எம்.ஏ. சுசீலா ● 77

அதுதான் பொருத்தமாக இருக்க முடியும். அவள் வெகுநேரம் அதைப்பற்றிச் சிந்தித்துக் குழம்பிக்கொண்டிருந்தபோது...

"சரி... இப்போது என்னதான் சொல்கிறாய்?" என்று என்னால் கேட்காமல் இருக்க முடியவில்லை. அதோடு விட்டுவிடாமல்,

"நீங்கள் என்ன சொல்கிறீர்கள் மேடம்...?" என்று கொஞ்சம் மிடுக்காகவும் நான் கேட்டேன்.

"கொஞ்சம் பொறுத்துக்கொள்ளுங்கள்! நான் சிறிது யோசித்துக்கொள்கிறேன்" என்றாள் அவள்.

அவளது சிறிய, இனிமையான முகம் தீவிரமாக... மிக மிகத் தீவிரமாக மாறிக்கொண்டிருந்ததை அப்போது என்னால் காண முடிந்தது. ஆனால்... நான் சற்றுப் புண்பட்டுப்போனேன்.

ஒருவேளை அவள் அந்தக் கடைக்காரனையும் என்னையும் ஒப்பிட்டுப் பார்த்துக்கொண்டிருக்கிறாளோ? என்றுகூட நினைத்தேன் நான்.

ஐயோ... கடவுளே...! நான் அப்போது எதையுமே புரிந்து கொண்டிருக்கவில்லை. ஆமாம்... இன்றுவரையிலும்கூட நான் எதையுமே புரிந்துகொள்ளவில்லை.

நான் திரும்பிச் சென்றபோது என் பின்னாலேயே ஓடிவந்த லூகேர்யா, வீதியிலேயே என்னைத் தடுத்து நிறுத்தி, "எங்கள் பிரிய மான சின்ன எஜமானியைத் திருமணம் செய்ய முன்வந்ததற்குக் கடவுளின் ஆசி உங்களுக்கு நிறைய கிடைக்கும் ஐயா...! ஆனால் அவளிடம் மட்டும் தயவு செய்து இதைச் சொல்லிவிடாதீர்கள்! அவள் மிகவும் கர்வம் பிடித்தவள்!" என்று வேகவேகமாகச் சொன்னாள். அதெல்லாமே எனக்கு நினைவிருக்கின்றன.

அவள் கர்வம் பிடித்தவளா...? சரி இருந்துவிட்டுப் போகட்டுமே...! அவர்கள் அப்படி கர்வமாக இருப்பது எனக்குப் பிடித்திருக்கிறது? அவர்கள்மீது நீங்கள் செலுத்தும் ஆதிக்கத்தில் உங்களுக்கு சந்தேகம் ஏற்படாதவரை கர்வமான பெண்கள் உண்மை வாழ்க்கையில் எப்போதுமே நல்லவர்களாகத்தான் இருப்பார்கள். சே...! இந்த மனிதர்கள்தான் எவ்வளவு கீழ்த்தரமானவர்கள்... அபத்தமானவர்கள்...!

ஆனால், அப்போது நான்தான் எவ்வளவு திருப்தியாகவும் மகிழ்ச்சியாகவும் இருந்தேன்...!

அந்த வாசலில் நின்றுகொண்டு எனக்குச் சம்மதம் தருவதா, வேண்டாமா என்று அவள் குழம்பிக்கொண்டிருந்தபோது...

இதற்குப் போய் அவள் ஏன் இவ்வளவு நேரம் எடுக்க வேண்டும் என்று நான் ஆச்சரியப்பட்டபோது அவள் இப்படிக்கூட நினைத் திருக்கலாம்.

'எப்படி இருந்தாலும் மகிழ்ச்சியான வாழ்க்கை என்ற ஒன்று எனக்குக் கிடைக்கப்போவதில்லை!

அப்படியிருக்கும்போது, இருப்பதற்குள் மோசமானதையே நான் தேர்ந்தெடுத்துவிட்டால்தான் என்ன? ஏன் அந்தப் பருமனான கடைக்காரனைத் தேர்ந்தெடுத்தபடி கதையை உடனே முடித்துக்கொண்டுவிடக்கூடாது? நிச்சயமாகக் குடிபோதையில் என்னை அவன் அடித்தே கொன்றுவிடுவான்... அதோடு நிம்மதி?'

– இப்படி ஒரு எண்ணம்கூட அந்த வேளையில் அவளுக்கு எழுந்திருக்கலாம்தானே? நீங்கள் இதைப் பற்றி என்ன நினைக் கிறீர்கள்?

இல்லை... இப்பொழுதுகூட எனக்குப் புரியத்தான் இல்லை! எனக்கு எதுவுமே புரியவில்லை!

தன் கண்ணெதிரே இருக்கும் இரண்டு தீய சக்திகளுக்குள் மோசமான ஒன்றை அதாவது அந்தக் கடைக்காரனைத் தேர்ந் தெடுத்தால் என்ன என்ற எண்ணம் ஒருவேளை அவளுக்குள் ஏற்பட்டிருக்கலாமோ என்பதைத்தான் நான் குறிப்பிட்டேன். ஆனால், அந்த நேரத்தில் அவளுக்கு மோசமாகத் தோன்றியது எதுவோ... அது எப்படித் தெரியும்? அது, நானா... அந்தக் கடைக் காரனா...? கடைக்காரனான அவனா...? அல்லது 'கதே'யை மேற் கோள் காட்டும் அடகுக்காரனான நானா? அதுதான் கேள்வி! எப்படிப்பட்ட ஒரு கேள்வி அது...? ஏன்... அதைத்தான் உங்களால் பார்க்க முடிகிறதே...? அதற்கான பதிலே இதோ இந்த மேஜையில் கிடக்கும்போது நான் என்னவோ கேள்வியைப் பற்றிச் சொல்லிக் கொண்டிருக்கிறேன்!

போகட்டும்! நான் எக்கேடும் கெட்டுப்போகிறேன்! எனக்கென்று ஒரு முக்கியத்துவம், மதிப்பு எதுவும் இல்லை. அப்படி மதிப்பு இல்லாமல் போனாலும், மதிப்பு இருந்தாலும் அதைப்பற்றி இனிமேல் என்ன வந்தது? என்னால் நம்பவே முடியாத ஒன்று இருக்கிறது. அதை எண்ணியே நான் பயப்படுகிறேன். நான் படுத்துக்கொள்ளப்போகிறேன். அதுதான் நல்லது... எனக்குத் தலை வலிக்கிறது!

அத்தியாயம் – 3
மனிதரில் மாண்புடையவன்...
ஆனால், தன்னையே நம்பாதவன்!

என்னால் உறங்க முடியவில்லை! என் மண்டைக்குள்ளே தான் ஏகப்பட்ட குடைச்சல் இருக்கிறதே? அது என்னை எப்படித் தூங்கவிடும்?

நான் இந்த விஷயத்தின் அடியாழம் வரை போக விரும்புகிறேன். அந்த ஆபாசத்தின் அடியாழம் வரை! ஓ... அதுதான் எப்படிப்பட்ட ஓர் ஆபாசம்! எப்படிப்பட்ட ஒரு கேவலத்திலிருந்து நான் அவளை வெளியேற்றியிருக்கிறேன்? அவள் என் செயலை நிச்சயமாக உணர்ந்திருப்பாள், அதை உறுதியாகப் பாராட்டியும் இருப்பாள்.

அந்தச் சமயத்தில் எனக்குத் திருப்தியளிப்பவையாக வேறு சில எண்ணங்களும்கூட இருந்தன. உதாரணத்துக்குச் சொல்லப் போனால், எனக்கு நாற்பத்தொரு வயது. அவளுக்குப் பதினாறுதான்! அந்த விஷயமே எனக்குக் கவர்ச்சி ஊட்டுவதாக இருந்தது. வயது வேறுபாடு மிகுதியாக இருக்கிறது என்ற உணர்வு...! ஆம்...! அது எனக்கு இனிமையாக இருந்தது! மிக மிக இனிமையாக!

ஆடம்பரம் எதுவுமின்றி அமைதியான முறையில் எங்கள் திருமணம் நடக்க வேண்டும் என்பது என் விருப்பம். நாங்கள் இரண்டு பேர். பிறகு சாட்சிக்கு இருவர். அவர்களில் ஒருத்தி லூகேர்யா. பிறகு நேரே ரயில் ஏறி மாஸ்கோ சென்றுவிட்டு (எனக்கு அங்கே ஒரு வேலையும்கூட இருந்தது) ஓரிரு வாரங்கள் அங்கேயே ஒரு விடுதியில் தங்குவது! என் திட்டம் அதுதான்! ஆனால் அவள் அதை விரும்பவில்லை. அதைக் கேட்கக்கூட அவளுக்குப் பிரியமில்லை. அதனால் நான் அவளது உறவினர்களான அத்தைகள் இரண்டு பேரையும் சென்று பார்த்து, அவர்களுக்கு என் மரியாதையைத் தெரிவிக்க வேண்டிய கட்டாயத்துக்கு ஆளானேன். நான் சற்று விட்டுக்கொடுத்தபடி அவர்களை நேரில் போய் சந்தித்து மரியாதை செலுத்தினேன். அது போதாதென்று அந்த இரண்டு ஜன்மங்களுக்கும் தனித்தனியாக நூறு ரூபிள்களும் கொடுத்தேன்! பிறகு இன்னும்கூடத் தருவேன் என்று வாக்களித்தேன். ஆனால் அவளிடம் எதையுமே நான் சொல்லவில்லை. அந்தச் சூழ்நிலை முழுவதுமே எத்தனை கீழ்த்தரமாக இருந்தது என்பதைச் சொல்லி அவளை வேதனைக்கு ஆளாக்க எனக்கு விருப்பமில்லை. நான் அப்படிச் செய்த உடனேயே அவளது

அத்தைகள் பட்டுப் போன்ற மென்மை கொண்டவர்களாக மாறி விட்டார்கள்.

மணப்பெண்ணான அவள் திருமணத்தின்போது அணிந்து கொள்ள வேண்டிய ஆடை அணிகலன்களைப் பற்றி ஒரு விவாதம் எழுந்தது. நிஜத்தில் அவளுக்கு உரியதென்று இந்த உலகத்தில் எதுவுமே இல்லை. ஆனாலும்கூட அவள் தனக்கு எதிலும் விருப்ப மில்லை என்றும், எதுவுமே வேண்டாம் என்றும்தான் சொன்னாள். மணப்பெண்ணாகிய அவள் அப்படி இருப்பது முறையில்லை என்பதை நான்தான் அவளிடம் திரும்பத் திரும்ப எடுத்துச் சொன்னேன். ஒரு வழியாக அவளைச் சம்மதிக்க வைத்துவிட்டுத் திருமணத் திற்கான ஆடை அணிகளை நானே வாங்கிக் கொடுத்தேன். அவளுக் காகச் செய்வதற்கு வேறு யார் இருக்கிறார்கள்...?

சே...! நான் மிகவும் மோசமானவன்...! எப்படிப்பட்ட ஒரு சூழ்நிலையாக இருந்தாலும் என்னைப் பற்றி அவள் புரிந்துகொள்ள வேண்டுமென்பதற்காக எனது கருத்துகள் பலவற்றையும் நான் அவளிடம் தெரிவித்துக்கொண்டேதான் இருந்தேன். அந்த விஷயத்தில் நான் ஒரு அவசரக்காரனாக நடந்துகொண்டுவிட்டேன் என்றுதான் சொல்ல வேண்டும்.

அவள் தன்னைக் கட்டுப்படுத்திக்கொள்ள வேண்டுமென்று ஒரு பக்கம் முயன்றுகொண்டிருந்தாலும் அதையும் மீறி என் மீதான பிரியத்தை வெளிப்படுத்த, தன்னால் முடிந்ததையெல்லாம் செய்து கொண்டிருந்தாள். அதுதான் இங்கே முக்கியம்...!

மாலை நேரங்களில் அவர்களை ஒப்புக்கு சந்திப்பதற்கு நான் செல்லும்போதெல்லாம் அவளும் வந்து என்னைப் பார்ப்பாள். என்னுடன் இனிமையாக அரட்டையடிப்பாள் (அப்பாவித் தனத் தோடு கூடிய இனிமை அது!). தனது குழந்தைப் பருவத்தைப் பற்றி... இளமைக்காலத்தைப் பற்றி... தன் பழைய வீடு, அப்பா, அம்மா என்று எல்லாவற்றையும் பற்றியும் என்னுடன் அவள் பேசுவாள்; நானோ கொஞ்சம்கூடத் தயக்கம் இல்லாமல் அவளது பரவசத்தில் நீரை ஊற்றி அணைத்துவிடுவேன். அப்படிச் செய்வது தான் என் நோக்கமாக இருந்தது. தீவிரமான மன எழுச்சியோடு அவள் பேசிக்கொண்டே போகும்போது, என் மௌனம் மட்டுமே அதற்குப் பதிலாக இருக்கும். ஆனால், அது கண்ணியமான மௌன மாக இருக்கும் என்பதில் எந்தச் சந்தேகமும் இல்லை. ஆனாலும்கூட அதைக்கொண்டே நான் சற்றுப் புதிரானவன் என்பதையும், எங்கள் இருவரின் இயல்புகளும் வேறுபட்டவை என்பதையும் அவள் விளங்கிக்கொண்டுவிடுவாள். அந்தப் புதிர்தான் என்னிடமிருந்த துருப்புச்சீட்டு! அப்படிப் புதிரான ஒரு தோற்றத்தை அளிக்க

வேண்டுமென்பதற்காகவே முட்டாள்தனமான தீய செயல்கள் எல்லாவற்றையும் நான் செய்தேன்! அனைத்துக்கும் மேல்... கறாராக... கடுமையாகவும் இருந்தேன். அந்தக் கடுமையோடுதான் அவளை என் வீட்டிற்கு அழைத்துச் சென்றேன்.

சுருக்கமாகச் சொல்வதென்றால் அந்த நேரத்தில் நான் மனத் திருப்தியோடு இருந்தாலும்கூட, வேண்டுமென்றே ஒரு திட்டத்தை உருவாக்கினேன். என் பங்கில் எந்த முயற்சியும் இல்லாமல் அது தானாகவே நடந்தேறிக்கொண்டிருந்தது. மேலும் அது வேறு மாதிரி இருந்திருக்கவும் வழியில்லை.

தவிர்க்க முடியாத ஒரு சூழ்நிலையின் காரணமாகவே அப்படி ஒரு திட்டத்தை நான் உருவாக்க வேண்டியிருந்தது. என்னை நானே ஏன் இப்படிப் பழி தூற்றிக்கொள்ள வேண்டும்?

அந்தத் திட்டம் கச்சிதமானது. உண்மையிலேயே சரியான முறையில் வகுக்கப்பட்ட திட்டம் அது.

சரி... இப்போது இதைக் கேளுங்கள்! ஒரு மனிதனைப் பற்றி நீங்கள் தீர்ப்புச் சொல்ல நினைத்தால் அவனைப் பற்றிய எல்லா விவரங்களையும் முதலில் தெரிந்து வைத்திருக்க வேண்டுமல்லவா... கேளுங்கள்!

நல்லது...! இப்போது... எங்கே இருந்து எப்படி ஆரம்பிப்பது? முழு விஷயமுமே சிக்கலானதுதான். நீங்கள் உங்களை நியாயப் படுத்திக்கொள்ள ஆரம்பித்துவிட்டால் போதும்... எல்லா விஷயங் களும் அப்பொழுதே சிக்கலாகிவிடும்!

இளம் வயது கொண்டவர்களுக்குப் பணத்தின்மீது பொது வாகவே ஒரு வெறுப்பு இருக்கும். அதனாலேயே நான் அதைக் குறி வைத்தபடி அதற்கு அழுத்தம் தந்தேன். அயோக்கியத்தனமான திறமையோடு நான் அதைச் செய்ததில் அவள், படிப்படியாக மிகவும் அமைதியாக ஆரம்பித்துவிட்டாள். தன் அகன்ற கண்களை விரியத் திறந்தபடி நான் சொல்வதைக் கேட்பாள், என்னையே பார்ப்பாள். பிறகு அமைதியாகிவிடுவாள்.

இளம் வயது கொண்டவர்கள் தாராள மனம் படைத்தவர்கள் என்பது எல்லோருக்கும் தெரிந்ததுதான்! நல்லவர்களாகவும், தாராள குணம் கொண்டவர்களாகவும், சட்டென்ற மன எழுச்சி உடையவர்களாகவும் இருக்கும் இளைஞர்களைப் பற்றித்தான் சொல்கிறேன். ஆனால், அவர்களுக்குப் பொறுமை அவ்வளவாக இருப்பதில்லை. தாங்கள் விரும்பிய வழியில் தாங்கள் நினைத்ததைப் போல ஏதாவது ஒன்று நடக்கவில்லை என்றால் உடனே அவர்கள் உங்களை வெறுக்கத் தொடங்கிவிடுவார்கள். அவள்... கொஞ்சம்

விசாலமான மனதோடு, பொறுமையாக, விஷயங்களை ஏற்றுக் கொள்ள வேண்டுமென்று நான் ஆசைப்பட்டேன். அவளுக்குள் பொறுமை என்ற பண்பு நிலைப்பட வேண்டும் என்பதே என் விருப்பம். தன் முழு மனதோடு ஆத்மாவின் சம்மதத்தோடு அவள் அப்படி இருக்க வேண்டும் என்று நான் எண்ணினேன்.

அதுதான் என் திட்டம்...! சரிதானே? ஒரு சின்ன உதாரணம் சொல்கிறேன் கேளுங்கள்!

கடன் கொடுக்கும் தொழில் என்னுடையது. அதை இப்படிப் பட்ட இயல்புகளைக்கொண்ட ஒரு பெண்ணிடம் நான் எப்படி விளக்கியிருப்பேன் என்று நினைக்கிறீர்கள்? ஆமாம்...! உண்மை யிலேயே நான் அதை அவளிடம் நேரடியாகப் பேசவில்லைதான்! அப்படிச் செய்யப்போனால் அடகுக் கடை வைத்திருப்பதற்கு நான் அவளிடம் மன்னிப்புக் கேட்பது போல ஆகிவிடும். அதனால் அதை நான் சற்றுப் பெருமை உணர்வோடு அகம்பாவமாகவே செய்தேன். கிட்டத்தட்ட சொற்களையே தவிர்த்தபடி! சொற்களே இல்லாமல் பேசுவதில் நெடுங்காலமாகத் தேர்ந்தவன் நான். என் வாழ்க்கை முழுவதும் சொற்கள் இல்லாமல் பேசியபடிதான் கழிந் திருக்கிறது.

என் வாழ்வின் அவலமான நாட்கள் எல்லாவற்றையுமே நான் சொற்களின்றித்தான் கடந்து வந்திருக்கிறேன்! ஆமாம்! நானும் மகிழ்ச்சி இல்லாமல் இருந்ததுண்டு. இந்த உலகமே என்னை ஒதுக்கி வைத்தது! புறக்கணித்தது! நான் மறக்கடிக்கப்பட்டேன்! ஆனால், யாருக்குமே அது தெரியாது! இப்போது பார்த்தால்... போயும் போயும் இந்தப் பதினாறு வயதுப் பெண், கண்ட கண்ட பொறுக்கி களிடமிருந்தெல்லாம் என்னைப் பற்றிய விரிவான தகவல்களை திடீரென்று சேகரித்துக்கொண்டபடி தனக்கு எல்லாமே தெரியு மென்று நினைத்துக்கொண்டிருக்கிறாள். ஆனால் உள்ளீடாக ஒளிந்திருக்கும் அந்த உண்மை, இன்னும்கூட இந்த மனிதனின் இதயத்துக்குள்ளேதான் புதைந்து கிடக்கிறது!

நான் அமைதியாக இருக்கத் தொடங்கினேன். அதிலும் குறிப்பாக அவளோடு... ஆம்! குறிப்பாக அவளோடு...! நேற்றுவரை அமைதியாகவே இருந்தேன். நான் ஏன் அப்படி அமைதியாக இருந்தேன் என்று கேட்டால்... நான் கர்வம் பிடித்த... அகங்காரம் கொண்ட ஒரு மனிதன்!

என்னுடைய உதவி எதுவும் இல்லாமலே அவள் என்னைப் பற்றிக் கண்டுபிடிக்க வேண்டுமென்று நான் விரும்பினேன்! ஆனால், கண்ட போக்கிரிகள் சொல்லும் கதைகளிலிருந்து இல்லை!

இந்த மனிதனைப் பற்றி அவளாகவே அறிந்துகொண்டு அவனைப் பற்றிய புரிதலோடு இருக்க வேண்டுமென்று நான் விரும்பினேன்.

என் வீட்டிற்கு நான் அவளை அழைத்துச் சென்றபோது, அவள் என் மீது முழுமையாக மரியாதை கொண்டிருக்க வேண்டும் என்பது என் எதிர்பார்ப்பாக இருந்தது. நான் அனுபவித்த துன்பங்களைக் கருத்தில் கொண்டபடி என்னை அவள் மதிக்க வேண்டுமென்று நான் ஆசைப்பட்டேன்! அதற்கு நான் தகுதியானவனும்தான்!

நான் எப்போதுமே சற்று அகந்தை உடையவன்! ஒன்று, எல்லாமே எனக்கு வேண்டும்! இல்லையென்றால் எதுவுமே தேவை யில்லை என்பது போல ஒரு குணம் கொண்டவன் நான்!

என் சந்தோஷத்தைப் பொறுத்தவரை நான் எப்போதுமே சமரசம் செய்துகொள்வதில்லை என்பதாலும், எனக்கு எல்லாமே வேண்டும் என்று நான் எண்ணியதாலும் அந்த வேளையில் அப்படி நடந்துகொள்ள வேண்டும் என்று என்னை நானே நிர்ப்பந்தப் படுத்திக்கொண்டேன்.

'உண்மை என்ன என்பதை நீயாகவே கண்டுபிடித்துவிட்டுப் பிறகு என்னைப் பாராட்டக் கற்றுக்கொள்' என்று எனக்குள் சொல்லிக்கொண்டேன். அவளிடம் நானே சென்று என்னைப் பற்றி எல்லா விஷயங்களையும் விளக்க முற்பட்டிருந்தால், என்னை நானே தாழ்த்திக்கொண்டபடி என்னிடம் மரியாதையாக இருக்கும் படி அவளிடம் இறைஞ்சியிருந்தால்... அப்படிச் செய்வதற்கும் அவளது இரக்கத்தைப் பிச்சையாக யாசிப்பதற்கும் எந்த வித்தியாச மும் இருந்திருக்காது! அப்படிச் செய்வது மிகமிக முட்டாள் தனமானது! அறிவீனமானது!

இருக்கட்டும்...! எல்லாமே இருக்கட்டும்...! ஆனால் இப்போது இதையெல்லாம் நான் ஏன் பேசிக்கொண்டிருக்கிறேன்...?

நான் அவளிடம் சுற்றி வளைத்துப் பேசிக்கொண்டிருக்காமல் கடூரமாகவே (அதிலுள்ள கடுமைக்கு அழுத்தம் தர விரும்புகிறேன்) சொன்னேன். இளைஞர்களிடம் காணப்படும் தாராள குணம் போல... பெருந்தன்மையான இயல்பைப் போல மகிழ்ச்சியான வேறு எதுவுமே இந்த உலகத்தில் இல்லை! ஆனால், அதற்கு ஒரு ஃபார்திங் அளவுகூட மதிப்பில்லை! அது ஏன் அப்படி...? ஏனென்றால், அதனால் அவர்களுக்கு எந்தப் பயனும் கிடைக்கப் போவதில்லை. அவர்களது அனுபவக் குறைவே அப்படி நடந்து கொள்ள அவர்களைத் தூண்டுகிறது; வாழ்க்கையைப் பற்றி முதன் முதலில் பதிவாகும் எண்ணங்கள் மட்டுமே அவை; அதற்கு மேல் அதில் ஒன்றுமில்லை...

நான் அவளிடம் சொன்னது இதுதான்! "அன்றாட வயிற்றுப் பாட்டுக்கே கடினமாக உழைத்தாக வேண்டிய சூழல் இருக்கும் போது உங்களைப் போன்றவர்கள் எப்படி நடந்துகொள்வார்கள் பார்ப்போம்...! மேலோட்டமாகப் பெருந்தன்மை காட்டுவது மிக மிக எளிதானது, இலகுவானது! அப்போது உயிரைக்கூடக் கொடுக்கத் தோன்றும்; அதுவும்கூட எளிமையாக இருப்பதைப் போலத்தான் தெரியும்...! காரணம், அது... ஏதோ ஒரு உணர்வெழுச்சி யால், கட்டுக்கடங்காத இளமையின் சக்தியால்... அற உணர்வின் மீது கொண்ட எல்லையற்ற தாகத்தால் நேர்வது...! அப்படி எல்லாம் எதுவும் இல்லாமல் வித்தியாசமான ஒரு தாராள குணத்தை நீங்களாகவே முயற்சி செய்து பாருங்கள்... அப்போதுதான் உண்மை என்னவென்பது தெரியும்!

கைக்கொள்வதற்குக் கடினமாக இருந்தாலும் உண்மையான வீரம் அதுதான்! அதற்கு எந்த விளம்பரப் பளபளப்பும் ஆடம்பரமும் இல்லை... அமைதியான முறையில் செய்தாக வேண்டியது! பகை, வெறுப்பு... இவற்றோடு கூடியது! அதற்குத் தேவைப்படுவது மிகுதி யான தியாகம் மட்டுமே! அது, எந்த வகையிலும் உங்களை உயர்த்திக் கொள்ளவோ... உங்களுக்குப் புகழ் சேர்க்கவோ பயன்படாது! மிகச் சிறந்த அறநெறி கொண்டவராக இருந்தாலும் நீங்கள் இந்த உலகத்துக்கு முன்பு ஒரு துரோகியைப் போலத்தான் சித்திரிக்கப் படுவீர்கள்! ஆனால், உண்மையில் பார்த்தால் எல்லோரையும்விட உயர்ந்தவராகவும் நேர்மையானவராகவும் நீங்கள்தான் இருப்பீர்கள்...! என் அன்புப் பெண்ணே! உன்னால் முடிந்தால் அதை முயன்று பார்...! கொஞ்சம் முயன்று பார்! அப்படி அதற்கான முயற்சியில் இறங்கும்போதுதான் எப்படிப்பட்ட ஒரு கதாநாயக பிம்பத்தோடு நீ நிறுவப்படுவாய் என்பது உனக்கே புரியும்! ஆனால்... மேடம்... உனக்குத் தேவைப்படுவது அப்படிப்பட்ட ஒரு கதாநாயக பிம்பம் இல்லை... அது எனக்கு நன்றாகவே தெரிகிறது! என் வாழ்க்கையைப் பொறுத்தவரை சிலுவைகளை மட்டுமே நான் சுமந்திருக்கிறேன்..."

இப்படிச் சொன்னதைக் கேட்டதும் முதலில் அவள் சற்று விவாதித்தாள். கடவுளே... அவள்தான் எப்படி விவாதம் செய்தாள்...? பிறகு மெல்ல மெல்ல மௌனமாகத் தொடங்கி விட்டாள்... ஒரு வார்த்தைகூடப் பேசாமல் இருக்க ஆரம்பித்தாள்.

நான் பேசுவதைக் கவனிக்கும்போது, கண்களை விரியத் திறந்து வைத்திருப்பாள்; அவளது கண்கள் மிகப் பெரியவை... கூர்மை யானவை. கூடவே அவளது முகத்தில் ஒரு புன்னகை அரும்பியதை யும் நான் பார்த்தேன். நம்பிக்கையற்ற, அமைதியான, தீமை கலந்த புன்னகை அது...!

நல்லது... அப்படி ஒரு புன்னகையோடுதான் என் வீட்டுக்கு அவளை அழைத்துக்கொண்டு வந்தேன்! அவளுக்கு வேறு போக்கிடமே இல்லை என்பதும் உண்மைதான்!

அத்தியாயம் – 4

திட்டங்கள்... திட்டங்கள்... திட்டங்கள்...!

எங்களில் அதை முதலில் தொடங்கி வைத்தது யார்...? இல்லை...! யாருமே இல்லை! எடுத்த எடுப்பில்... எல்லாமே... தானாகவே தொடங்கிவிட்டது!

அவளை என் வீட்டுக்கு அழைத்து வந்தபோது நான் சற்றுக் கடுமையோடு இருந்ததாக உங்களிடம் சொன்னேனல்லவா? ஆனாலும்கூட அவள் இங்கே வந்ததிலிருந்து அவளுக்கு எல்லா விஷயங்களையும் நான் எளிமையாகத்தான் சொல்லித் தந்தேன். அடகுப் பொருளை வாங்கிக்கொண்டு பணம் தருவதில் அவள் எனக்குத் துணையாக இருக்க வேண்டுமென்பதை எங்கள் திருமணம் நிச்சயிக்கப்பட்டதுமே அவளிடம் நான் சொல்லி விட்டேன்; அதைச் செய்வது எப்படி என்பதையும் அவளுக்கு நான் சிரத்தையோடு கற்றுக்கொடுத்தேன். ஆனால் அப்போது அவள் எதுவுமே சொல்லவில்லை...! (தயவு செய்து அதை மனதில் குறித்துக் கொள்ளுங்கள்). அதுமட்டுமல்லாமல், என் தொழிலில் உற்சாகமாகப் பங்கெடுக்கவும் தொடங்கியிருந்தாள் அவள்... (இதையும் நினைவில் வைத்துக்கொள்ளுங்கள்!)

என் குடியிருப்பு, அதில் உள்ள மேசை, நாற்காலி எல்லாமே முன்னைப்போலத்தான் இருந்தன. என் வீட்டில் இரண்டு அறைகள். வரவேற்பறையில் அடகுக் கடைக்காக ஒரு தடுப்பு இருந்தது. இரண்டாவது பெரிய அறை எங்கள் சொந்த உபயோகத்துக்கானது. நாங்கள் ஓய்வெடுப்பதற்கும் படுப்பதற்குமான அறை அது.

என்னிடம் இருந்த சாமான்கள் சாதாரணமானவைதான். அவளது அறையில்கூட அதைவிட நல்ல பொருட்கள் இருந்தன. வரவேற்பறையின் தடுப்புப் பகுதியில் இருந்த அடகுக் கடையில் விளக்கோடு கூடிய தெய்வ உருவங்கள் வைக்கப்பட்ட அலமாரி இருந்தது. என் அறையில் ஒருசில புத்தகங்களைக் கொண்ட அலமாரியும், சிறிய டிரங்குப் பெட்டியும் இருந்தன. டிரங்குப் பெட்டியின் சாவிகளை நான்தான் எப்போதும் வைத்திருப்பேன்...! பிறகு வழக்கம் போலப் படுக்கை... மேசை... நாற்காலி ஆகியன!

எனக்கும் அவளுக்கும் லூகேர்யாவுக்குமான சாப்பாட்டுச் செலவுக்காக தினந்தோறும் ஒரு ரூபிள் மட்டுமே என்னால் தர முடியும் என்பதைத் திருமணத்துக்கு முன்னரே நான் அவளிடம் தெளிவுபடுத்தி இருந்தேன். அவளது அத்தைகளிடமிருந்து அவளை சாதுரியமாகப் பிரித்து, இங்கே அழைத்தும் வந்துவிட்டேன்.

"ஒரு நாளைக்கு ஒரே ஒரு ரூபிள் மட்டும்தான்! மூன்று வருடத்துக்குள் நான் முப்பதாயிரம் ரூபிள் சம்பாதித்தாக வேண்டும். இப்படிச் சேமிக்கவில்லையென்றால் அதற்கு வேறு வழியே இல்லை" என்றும் அவளிடம் சொன்னேன். அவள் அதற்கு எந்த எதிர்ப்புமே காட்டவில்லை. ஆனாலும் தினசரி தரும் தொகையை முப்பது கொபெக்குகள் கூடுதலாக்கினேன் நான்! அதேபோல நாடகங் களுக்கு அவளை அழைத்துச் செல்வதிலும் சலுகை காட்டினேன். நாடக அரங்குகளுக்குச் செல்ல வேண்டும் என்றெல்லாம் கேட்கக் கூடாது என்று திருமணத்திற்கு முன்பு அவளிடம் சொல்லி யிருந்தேன்; ஆனாலும்கூட மாதம் ஒரு முறையாவது அவளை நாடகம் பார்க்க அழைத்துச் செல்வதென்று தீர்மானித்தேன்! நாகரிகமான பாணியுடனும்தான்! நாங்கள் கடைகளுக்கும் செல்லத் தவறவில்லை. மூன்று தடவை, அப்படி நாடகம் பார்க்கப் போயிருக் கிறோம். 'மகிழ்ச்சிக்குப் பின் துரத்தல்', 'பாடும் பறவைகள்' முதலிய சில நாடகங்களைப் பார்த்தோம் என்று நினைக்கிறேன்! (இருக் கட்டும்... அது எக்கேடும் கெட்டுப் போகட்டும்!)

அங்கே செல்லும்போது அமைதியாகப் போவோம்; அப்படியே திரும்பியும் வருவோம். தொடக்கத்திலிருந்தே ஒருவரோ டொருவர் பேசுவதற்கு நாங்கள் எந்த முயற்சியையும் மேற்கொள்ள வில்லை...! நாங்கள் ஏன் அப்படி இருந்தோம்...? இத்தனைக்கும் ஆரம்பத்தில் எங்களுக்குள் எந்தச் சண்டையும் இல்லை; ஆனால் நாங்கள் எதுவும் பேசவும் இல்லை! அந்த நாட்களில் அவள் என்னை இரகசியமாக கவனித்துக்கொண்டிருந்தது எனக்கு நினை விருக்கிறது. அது எனக்குத் தெரிந்ததும், உடனடியாக, நான் முன்பை விடவும் அமைதியாகிவிடுவேன். எதுவும் பேசாமல் அமைதியே குறியாக இருந்தது நான்தானே தவிர அவள் இல்லை என்பதுதானே நிஜம்?

ஓரிரண்டு முறை என்னிடம் ஓடிவந்து, என்னைத் தழுவிக் கொண்டு தன் அன்பை வெளிக்காட்ட அவள் முற்பட்டிருக்கிறாள். ஆனால், அப்படிப்பட்ட திடீர்ப் பாய்ச்சல்கள்... அந்த வகை வெளிப்பாடுகள் எல்லாமே எனக்கென்னவோ ஒரு நோய் பிடித்த மனதின் கிளர்ச்சிகளைப் போலத்தான் இருந்தன. ஆனால்... எனக்குத் தேவையாக இருந்தது என்றென்றும் நிலைத்திருக்கக் கூடிய

தமிழில் : எம்.ஏ. சுசீலா ● 87

ஆனந்தம்...! அவள் எனக்குக் காட்டும் மரியாதை...! இவற்றை மட்டுமே நான் விரும்பினேன். எனவே அவளது வெளிப்பாடுகளை யெல்லாம் உணர்ச்சியற்ற ஜடத்தைப்போல மட்டுமே எதிர் கொண்டேன். அப்படிப்பட்ட வெளிப்பாடுகள் எப்போதெல்லாம் நிகழ்ந்ததோ, அதற்கு அடுத்த நாளே எங்களுக்குள் சண்டை மூண்டுவிடும்! ஆமாம்... அப்படித்தான்!

ஆனால்... அப்படிச் சொல்வதுகூட சரியில்லைதான்! உண்மை யாகச் சொல்லப்போனால் எங்களுக்கிடையே சண்டை என்று எதுவுமே இல்லை. வெறுமே அமைதியாகவே இருப்போம். அவள், துடுக்குத்தனமான பரிகாசமான பார்வையோடு என்னை வெறித்துக் கொண்டிருப்பாள். புரட்சியும் சுதந்திரமும் ஒருங்கிணைந்த புன்னகை அது! ஆனாலும் அவள் ஒன்றும் அதில் தேர்ந்தவள் இல்லை. ஆமாம்...! அவளது மென்மையான முகம் படிப்படியாக, கொஞ்சம் கொஞ்சமாக மிகமிகக் குரூரமாக மாறிக்கொண்டே சென்றது.

இதை நீங்கள் நம்புகிறீர்களோ... இல்லையோ...? நான் அவளைப் பொறுத்தவரையில் வெறுக்கத்தக்க ஒருவனாக மாறிக் கொண்டிருந்தேன்...! ஆமாம்... நான் என்ன பேசுகிறேன் என்பதை நன்றாகத் தெரிந்துகொண்டு பேசிக்கொண்டிருக்கிறேன்! அதை மிகக் கவனத்தோடு அவதானித்தபடிதான் பேசுகிறேன்...!

அவள் காட்டும் இப்படிப்பட்ட உணர்ச்சி வெளிப்பாடுகள்... நரம்புகள் முறுக்கேறியதால்... பதற்றமாக... ஆவேசமாக நடந்து கொண்டதால் விளைந்தவை என்பது முற்றிலும் மறுக்க முடியாதது! அவளால் இதைத் தவிர வேறு எப்படி இருக்க முடியும்...? மிகவும் பதற்றமாக, தன் கால் விரல்களால் தரையை அளைந்து கொண் டிருந்த அவள், எங்கள் வறுமையை ஏன் மோப்பம் பிடிக்கப்போ கிறாள்?

சொல்லப்போனால், எங்களுக்கு வறுமை என்பதே இல்லை என்பதே உண்மை! அது ஒரு சிக்கனம் மட்டும்தான்! அதிலும்கூடத் தேவையான பொருட்களில் நான் ஒருபோதும் கஞ்சத்தனம் காட்டியதில்லை. உதாரணத்துக்குச் சொல்லப் போனால்... சட்டை, துணிமணிகளில், சுத்தமாக இருப்பதில்... நான் கவனமாகத்தான் இருப்பேன். சுத்தமாக இருக்கும் கணவனே தன் மனைவியைக் கவரக் கூடியவன் என்பது எப்போதுமே என் அபிப்பிராயம்!

அவளும்கூட என் வீட்டின் பற்றாக்குறையைப் பற்றியோ... என் கருமித்தனமான குணத்தைப் பற்றியோ எப்போதும் தப்பு கண்டுபிடித்ததில்லை 'இதற்கெல்லாம் ஏதாவது காரணம் இருக்கலாம்;

அவருடைய தனிப்பட்ட மன உறுதியும் ஆளுமையும் எத்தனை வலுவாக இருக்கிறது என்பதைக் காட்டிக்கொள்ள விரும்புகிறார் போலிருக்கிறது...' என்று அவள் சொல்லிக்கொள்வாள்.

நாடகங்களுக்குச் செல்வதை திடீரென்று அவள் நிறுத்தி விட்டாள். வெறுப்புக் கலந்த அந்தப் புன்னகை அவள் முகத்தில் அடிக்கடி, அதிலும் மிகக் கூடுதலாக அரும்பத் தொடங்கியிருந்தது! நானோ... மிக மிக அமைதியாகிக்கொண்டிருந்தேன்...! ஆம்... மிக மிக அமைதியாக...!!

நான் என்னை நியாயப்படுத்திக்கொள்ளப்போவதே இல்லை...! அப்படியா செய்துகொண்டிருக்கிறேன் நான்...?

எங்களுக்கு நடுவே நிலவிய சிக்கலுக்கான மூலகாரணம் அந்த அடகுக் கடைதான்! ஒரு மனைவி, அதிலும் பதினாறு வயது மட்டுமே நிரம்பியிருக்கும் ஒரு பெண். அவளது கடமை, தன் கணவனுக்குப் பணிந்து நடப்பது மட்டுமே என்று நான் எண்ணி யிருந்தேன். பெண்ணுக்கென்று எந்தத் தனித்துவமும் இல்லை...! அது மிக மிக வெளிப்படையான ஒரு உண்மை...! இப்போதும்கூட அது பட்டவர்த்தனமானதுதான்!

வரவேற்பறை மேஜையில் கிடக்கிறதே... அதைப்பற்றி நாம் பொருட்படுத்தத் தேவையில்லை! உண்மை என்பது எப்போதும் உண்மைதான்! ஜான் ஸ்டூவர்ட் மில்கூட அதை மாற்றிவிட முடியாது!

ஒருவன் மீது காதல்வயப்பட்டிருக்கும் ஒரு பெண், அவன் செய்யும் தீய செயல்களையும் கெட்ட குணங்களையும்கூட வழிபடு வாள். அவன் புரியும் குற்றங்களுக்கு அவனால்கூடக் கண்டுபிடிக்க முடியாத நியாயங்களை, அவனுக்காக அவள் கண்டுபிடித்து விடுவாள்...! அது பாராட்ட வேண்டிய பெருந்தன்மைதான்! ஆனாலும் அதில் தனித்துவம் என்று எதுவுமே இல்லை. தனித் தன்மை என்று எதுவும் இல்லாமல் இருப்பதே பெண்களின் அழிவுக்குக் காரணம்!

திரும்பவும் சொல்கிறேன்...! அதோ அந்த மேஜைமீது கிடக்கிறதே... அதை என்னிடம் சுட்டிக்காட்ட நினைக்கிறீர்களா...? அது என்ன... தனித்துவம் கொண்டதா...? மேஜை மீது கிடத்தப்பட் டிருக்கும் அதற்கா தனித்துவம் இருந்தது...? ஹா...ஹா...ஹா...!

சரி... இப்போது இதைக் கேளுங்கள்!

அவளது அன்பிலோ, காதலிலோ எனக்கு அப்போது எந்த சந்தேகமுமே ஏற்பட்டிருக்கவில்லை. முன்பெல்லாம் திடீர் திடீரென்று

அவள் ஓடிவந்து என் கழுத்தை இறுக்கிக் கட்டிக்கொள்வாள். அவள் என்னைக் காதலிக்கிறாள் என்பதையும், எந்தச் சூழலிலும் என்மீது அன்பாக இருக்கவே விரும்புகிறாள் என்பதையும் அதுவே நிரூபித்துக்கொண்டிருந்தது.

ஆமாம்... அது அப்படித்தான் இருந்தது! அவள் காதலிக்க விரும்பினாள்; காதலிப்பதற்கான முயற்சியை முடிந்த வரை செய் தாள். அவள் நியாயம் கற்பித்தாக வேண்டிய குற்றங்களாக என்னிடம் எதுவும், எப்போதும் இருக்கவில்லை.

நான் ஒரு அடகுக்கடைக்காரன்தானே என்று நீங்கள் சொல்ல லாம்...! எல்லாருமே அதைத்தான் சொல்கிறார்கள்! அதனால் இப்போது என்ன வந்துவிட்டது...? நான் அடகுக்கடைக்காரனாக இருந்தால்தான் என்ன...? தாராளமான, பெருந்தன்மையான குணம் படைத்த ஒரு மனிதன் அடகுக் கடைக்காரனாக மாற வேண்டு மென்றால்... நிச்சயம் அதற்கான சில காரணங்கள் இருந்தாக வேண்டும்; அதன் பின்னணியில் சில எண்ணங்களும் இருந்திருக்க வேண்டும்!

வார்த்தைகளில் சொன்னால்கூட முட்டாள்தனமாகத் தோற்ற மளிக்கக் கூடியவை அவை. அப்படிச் செய்ய நான்கூடக் கூச்சப் படுவேன். அதற்குக் குறிப்பான காரணம் என்று எதுவுமில்லை. நாம் எல்லோருமே ஒருவகையில் மோசமானவர்கள் என்பதும், உண்மையை சகித்துக்கொள்வதென்பது நம்மால் முடியாது என்பதும் காரணமாக இருக்கலாம். எனக்கு வேறெதுவும் தோன்றவில்லை...!

மனிதர்களிலேயே தாராள குணம் படைத்த ஒருவன் என்று என்னைப் பற்றி சற்று முன்பு சொன்னேன். அது... உங்களைப் பொறுத்தவரை கேலியாகக்கூட இருக்கலாம்...! ஆனாலும் நான் அப்படி இருந்தேன் என்பதே உண்மை...! உண்மை... உண்மையைத் தவிர வேறெதுவும் இல்லை.

அந்த நேரத்தில், எனக்கென்று பாதுகாப்பான ஒரு வாழ்க்கையை அமைத்துக்கொள்ள நான் ஆசைப்பட்டிருக்கலாம்; அது என் தனிப்பட்ட உரிமை! ஆமாம்... அடகுக் கடை நடத்துவதும்கூட என் தனிப்பட்ட உரிமைதான்! நீங்கள்... பொது மக்களாகிய நீங்கள் வெறுப்போடு என்னைப் புறக்கணிக்கிறீர்கள்! மௌனமாக என்னைப் புறந்தள்ளி ஒதுக்குகிறீர்கள்! உங்கள் மீதெல்லாம் அன்பைப் பொழியவேண்டும் என்று நான் கொண்டிருந்த அளப்பரிய தாகத்துக்குப் பரிசாகத் தவறான எதிர்வினைகளையே நீங்கள் தந்தீர்கள்! அதன் விளைவாகவே நான் வாழ்நாள் முழுவதும் துன்பப்பட்டேன்.

இனிமேல் உங்களை என்னிடமிருந்து தடுப்பதற்கான சுவரை அமைத்துக்கொள்ள எனக்கு உரிமை இருக்கிறது! என்னிடமுள்ள முப்பதாயிரம் ரூபிள்களைப் பத்திரமாகக் காப்பாற்றிக்கொண்டு, தெற்குக் கடற்கரையை ஒட்டியிருக்கும் கிரீமியாவின் ஏதாவது ஒரு பகுதியில் நான் என் வாழ்வைக் கழிக்க முடியும்! அந்த முப்பதாயிரம் ரூபிள் பணத்தில், மலைகளுக்கும் திராட்சைத் தோட்டங்களுக்கும் நடுவே என் பண்ணையை அமைத்துக்கொண்டு நான் அங்கே வாழலாம்! அனைத்துக்கும் மேலாக, எவரோடும் பகைமை பாராட்டாமல், உங்கள் எல்லோரிடமிருந்தும் வெகு தூரம் விலகி இருக்கலாம். எனக்குப் பிடித்த ஒரு பெண்ணோடு, கடவுள் எனக்காக அமைத்துக் கொடுக்க விரும்பும் ஒரு குடும்பத்தோடு வாழ்க்கையை அமைத்துக்கொள்ளலாம்; அக்கம்பக்கத்தில் இருக்கும் கிராம வாசிகளுக்கு உதவி செய்யலாம்.

இப்பொழுது... எனக்கு நானே இதைச் சொல்லிக் கொண்டிருக்கிறேன் என்பது உண்மைதான்! ஆனால் அது முக்கியமில்லை! இப்படி ஒரு நீளமான கதையை அந்தச் சமயத்தில் அவளிடம் சொல்லியிருந்தால் அது எத்தனை முட்டாள்தனமாக இருந்திருக்கும் என்பதை மட்டுமே யோசித்துப் பார்க்க வேண்டும். நான் சற்றுக் கர்வமான மௌனத்தோடு இருந்ததற்கு அதுதான் காரணம்! அதனாலேயே நாங்கள் சேர்ந்திருந்த தருணங்களிலும்கூட எதையும் பேசாமல் அமைதியாகவே இருப்போம். அவளால் என்னதான் செய்துவிடமுடியும்...! பதினாறு வயதே நிரம்பிய பதின் பருவத்துப் பெண்தானே அவள்? நான் அனுபவித்த துன்பங்களையும்... அதற்காக நான் நியாயப்படுத்திக்கொண்டிருக்கும் விஷயங்களையும் கேட்டு அவளால் என்ன செய்துவிட முடியும்?

நூல் பிடித்ததைப் போல ஒரு சீரான பார்வை, எளிதில் விட்டுக் கொடுக்காத போக்கு, வாழ்க்கையைப் பற்றிய புரிதலின்மை, இளமைக்கே உரிய எளிமையான சில முன் முடிவுகள், உயர்ந்த ஆத்மாக்களுக்கே உரிய கண்மூடித்தனமான எண்ணங்கள், இவை எல்லாவற்றுக்கும் மேலாக நான் நடத்தி வந்த அடகுத் தொழிலின் மீது அவள் கொண்டிருந்த வெறுப்பு ஆகிய அவளது அனைத்து இயல்புகளோடும் நான் போராட வேண்டியிருந்தது.

ஐயோ... கடவுளே...! அடகுக் கடை... அடகு பிடிக்கும் தொழில்...! (அந்தத் தொழிலில் நான் என்ன அப்படி ஒரு வில்லனாகவா இருந்தேன்? வாடிக்கையாளர்களை நான் நடத்தும் முறையை அவளே பார்த்ததில்லையா என்ன...? எனக்கு நியாய மாகச் சேர வேண்டிய தொகைக்கு அதிகமாக எப்பொழுதாவது நான் எடுத்துக்கொண்டதுண்டா...?)

ஐயோ...! இந்த உலகத்தின் பார்வையில் உண்மை என்பது எப்படியெல்லாம் திரிக்கப்படுகிறது...?

வினோதமான அந்த ஜீவன், மென்மையான அந்த ஜீவன், விண்ணிலிருந்து இறங்கி வந்தது போலிருந்த அந்த ஜீவன்...! ஆமாம்... அவளேதான் - அவள் இப்போது ஒரு அரக்கியைப் போல இருந்தாள். இரக்கமே இல்லாத ராட்சசியாக என் ஆன்மாவை வதைத்தபடி இருந்தாள்.

அதை நான் இங்கே சொல்லியாக வேண்டும்! அதைச் சொல்லாமல் விடுவது முறையில்லை!

அவள்மீது நான் அன்பு செலுத்தவில்லை என்றா நினைக் கிறீர்கள்? அவளை நான் நேசிக்கவே இல்லை என்று யாராவது சொல்லிவிட முடியுமா...? நீங்களே கண்கூடாகப் பார்த்துக்கொண்டு தானே இருக்கிறீர்கள்...? இதிலுள்ள முரண்... விதியும் இயற்கையும் இணைந்து விளையாடும் பயங்கரமான முரண் அதுதான்!

நாங்கள் சபிக்கப்பட்டவர்கள்! மனிதர்களின் வாழ்வே (குறிப் பாக என்னுடையது) சபிக்கப்பட்டதுதான்! நான் சில தவறுகள் செய்திருப்பது இப்போது எனக்குத் தெரிகிறது! எங்கோ... எதுவோ தவறாகிவிட்டது!

சரி... எல்லாமே துல்லியமாகத் தெரிந்துவிட்டன!

என் திட்டம் தெளிவாக இருந்தது.

'சற்று கறாராக... கொஞ்சம் கர்வமாகவே இருப்பது; எவரிட மிருந்தும் எந்த ஆறுதல் வார்த்தைகளும் எனக்குத் தேவையில்லை; அமைதியாக... துன்பத்தை ஏற்கிறேன்' என்று நான் வகுத்து வைத்திருந்த திட்டம் பட்டப் பகல் போலத் தெளிவாக இருந்தது. அதுதான் உண்மை! நான் பொய் எதுவும் சொல்லவில்லை! ஆமாம்; நான் பொய் சொல்லவே இல்லை!

'அவளுக்கு இப்போது புரியாமல் இருந்தாலும்... போகப் போக, என்றோ ஒருநாள் அவளாகவே என் பெருந்தன்மையான குணத் தைப் புரிந்துகொள்வாள். அதைப் பற்றி அறிந்துகொள்ள நேரும் போது பத்துமடங்கு அதிகமாக என்னை அவள் பாராட்டுவாள். கூப்பிய கரங்களோடு என் பாதங்களில் வீழ்ந்து கிடப்பாள்' என்றெல்லாம் நான் திட்டம் போட்டு வைத்திருந்தேன். ஆனால், ஒன்றை மட்டும் நான் மறந்துவிட்டேன்; இல்லையென்றால் அதைக் காணத் தவறிவிட்டேன்!

நான் மிக மோசமாகக் கையாண்டுவிட்ட விஷயம் ஒன்று இருக்கிறது...! ஆனால்... எல்லாமே போதும்..! இப்போது நான்

யாரிடம் போய் மன்னிப்புக் கேட்க வேண்டும்? நடந்தது என்னவோ நடந்ததுதான்...! 'தைரியமாக... கர்வமாகவே இரு பையா...! இதில் உன் தவறு எதுவும் இல்லை!'

சரி... நான் ஏன் உண்மையைச் சொல்லிவிடக் கூடாது...? உண்மையை நேருக்கு நேர் சந்திக்க நான் ஏன் பயப்பட வேண்டும்? இது அவளுடைய தவறுதான்! அவளுடைய தவறேதான்...!

அத்தியாயம் – 5

'மெல்லிய ஜீவனின் புரட்சி'

தான் விரும்பும் தொகையைத் தானே கடனாகத் தந்து விடலாம் என்று திடீரென்று அவள் முடிவு செய்த போதுதான் நாங்கள் சண்டை போடத் தொடங்கினோம். இரண்டு முறை இந்த விஷயத்தை முன்வைத்தே அவள் விவாதத்தைத் தொடங்கினாள்; நான் அதை அனுமதிக்க முடியாதென்று மறுத்தேன். காப்டன் ஒருவரின் விதவை மனைவி என்னை நாடி வந்தது அப்போதுதான்.

வயது முதிர்ந்த அந்தப் பெண்மணி ஒரு பதக்கத்தை எடுத்து வந்திருந்தாள். இறந்துபோன கணவன் அவளுக்குக் கொடுத்திருந்த பரிசு அது. வழக்கமாகத் தருவது போல அவளுக்கு ஒரு நினைவுப் பொருளாக அதை அவன் கொடுத்திருந்தான். அதற்கு நான் முப்பது ரூபிள் தந்தேன். அந்தப் பொருளை நான் தொலைத்து விடக் கூடாதென்றும் பத்திரமாக வைத்திருக்க வேண்டும் என்றும் அவள் என்னிடம் வருத்தத்துடன் புலம்பினாள். அதைப்பற்றி அவள் கவலைகொள்ள வேண்டாம் என்றும், அது பத்திரமாகவே இருக்கும் என்றும் நானும் அவளிடம் உறுதி சொன்னேன். ஐந்து நாட்களுக்குப் பிறகு ஒரு வளையலைக் கொண்டு வந்த அவள், பதக்கத்திற்குப் பதிலாக அதை மாற்றி வைத்துக்கொள்ளுமாறு கேட்டாள். ஆனால், அந்த வளையல் எட்டு ரூபிள்கூடப் பெறாத ஒன்று. அதனால் என்னால் அதை ஏற்க முடியவில்லை; மறுத்துவிட்டேன்.

ஆனால், என் மனைவியின் கண்களில் இருந்த எதையோ அவள் படித்துவிட்டாள்; அதனால் நான் இல்லாதபோது ஒரு நாள் அவள் கடைக்கு வந்து சேர, என் மனைவியும் பதக்கத்திற்குப் பதிலாக வளையலை மாற்றி எடுத்துக்கொண்டுவிட்டாள்.

அன்றே அதைப்பற்றி அறிந்துகொண்ட நான், அவளிடம் மென்மையாகவும், அதே நேரத்தில் சற்று உறுதியாகவும், மனதில்

உறைக்கும்படியும் பேசினேன். அவள் படுக்கையில் உட்கார்ந் திருந்தாள்; அவளது கண்கள் தரையின் மீது பதிந்திருந்தன; வலது கால் பெருவிரலால் தரை விரிப்பின் மீது கோலம் போட்டபடி இருந்தாள் அவள் (அது அவளுக்கே உரிய ஒரு பழக்கம்) அவளது உதடுகளில் அருவருப்பான ஒரு புன்னகை நெளிந்துகொண்டிருந் தது. அந்தப் பணம் எனக்கு உரிமையானது என்பதையும், உலகத்தை 'என் கண்களால்' மட்டுமே பார்க்க எனக்கு உரிமை உள்ளது என்பதையும் குரலை உயர்த்தாமல் அவளிடம் சொன்னேன். என் மனைவியாக வர வேண்டும் என்று நான் அவளைக் கேட்டுக் கொண்டபோதே இவை எவற்றையும் நான் அவளிடமிருந்து மறைக்க வில்லை என்பதையும் எடுத்துக் கூறினேன்.

திடீரென்று அவள் குதித்தெழுந்தாள்... 'சட்' டென்று அவள் உடம்பு முழுவதும் நடுங்க ஆரம்பித்துவிட்டது. அப்புறம், நீங்கள் என்ன நினைக்கிறீர்கள்...? தன் கால்களால் அவள் என்னை மிதிக்கத் தொடங்கினாள்; அப்போது ஒரு காட்டு மிருகத்தைப் போன்ற ஆவேசத்துடன் அவள் இருந்தாள். மூர்க்கமான ஒரு காட்டு மிருகம். நான் திகைத்துப் போய்க் கல்லாக உறைந்து போனேன்...! அவள் அப்படி நடந்துகொள்வாள் என்று நான் ஒருபோதும் எதிர்பார்த்திருக்கவில்லை. ஆனாலும்கூட என் கட்டுப் பாட்டைக் கணப் பொழுதேனும் கைவிடாமல்தான் நான் நடந்துகொண்டேன். எனக்கு ஏற்பட்டிருந்த வியப்பை மறைத்துக் கொள்ளவும் நான் எந்த முயற்சியும் செய்யவில்லை. ஆனால், என் தொழில் சார்ந்த வேலைகளில் அவள் தலையிட்டுக் குழப்புவது என்பது, இனிமேல் கூடாது என்பதை மட்டும் அதே அமைதியான தொனியில் முகத்துக்கு நேராகவே அவளிடம் சொன்னேன். அவள் என்னைப் பார்த்துச் சிரித்தபடி வீட்டை விட்டு வெளியே போய் விட்டாள்.

நீங்களே சொல்லுங்கள்...! வீட்டை விட்டு வெளியே போக அவளுக்கு உரிமை இல்லை என்பதே நான் சொல்ல வருவது! என் துணை இல்லாமல் அவள் எங்குமே போகக் கூடாது என்பதே திருமணத்துக்கு முன்பு நாங்கள் செய்துகொண்ட ஒப்பந்தம். மாலையில் அவள் திரும்பி வந்தபோது நான் ஒரு வார்த்தைகூடப் பேசவில்லை.

மறுநாள் காலையும் அவள் வெளியே சென்றாள். அதற்கு அடுத்த நாளும்கூட! நான் என் அடகுக்கடையைப் பூட்டி வைத்து விட்டு அவளது அத்தைகளைப் பார்க்கச் சென்றேன். எங்கள் திருமணத்திற்குப் பிறகு அவர்களோடான எல்லா உறவுகளையுமே நான் துண்டித்துக்கொண்டிருந்தேன். அவர்களைப் பார்க்க நாங்கள் செல்வதில்லை; எங்களைப் பார்க்க அவர்களும் வருவ

தில்லை. ஆனால், அவள் அவர்கள் வீட்டுக்கும்கூடச் சென்றிருக்க வில்லை என்பது தெரிந்தது.

நான் சொன்னதையெல்லாம் ஆர்வத்தோடு கேட்டுக்கொண்ட அவர்கள், என் முகத்துக்கு நேராகவே என்னைப் பார்த்துச் சிரித் தார்கள். "உங்களுக்கு இது வேண்டியதுதான்!" என்றார்கள். அப்படி அவர்கள் சிரிக்கக்கூடும் என்பதையும் நான் எதிர்பார்த்துக் கொண்டு தான் இருந்தேன். வயது முதிர்ந்த ஆயாவான சின்ன அத்தையிடம் கொஞ்சம் பணம் தருவதாக ஆசை காட்டி வசப்படுத்தினேன். அவளுக்கு நூறு ரூபிள் தருவதாகச் சொல்லிவிட்டு முதலில் இருபத்தைந்து ரூபிள்களை முன்பணமாகவும் கொடுத்தேன். இரண்டு நாட்களுக்குப் பிறகு அவள் என்னைப் பார்க்க வந்தாள்.

"இராணுவ அதிகாரி ஒருவர் இதில் சம்பந்தப்பட்டிருக்கிறார்" என்று என்னிடம் தெரிவித்தாள் அவள். "அந்த லெஃப்டினண்டின் பெயர் யெஃபிமோவிச். முன்பு நீங்கள் வேலை பார்த்த அதே படைப்பிரிவில் உங்களோடு பணியாற்றியவர்தான் அவர்" என்பதை யும் சொன்னாள்.

நான் பெரிதும் திகைத்துப்போனேன். அந்தப் படைப் பிரிவில் நான் இருந்த காலகட்டத்தில் வேறு எவரையும்விட எனக்குக் கூடுதலான கெடுதல்களைச் செய்தவன் அந்த யெஃபிமோவிச். ஒரு மாதத்திற்கு முன்பு, அது குறித்த எந்தக் கூச்சமும் இல்லாமல், ஏதோ ஒரு பொருளை அடகு வைக்கும் சாக்கில் ஓரிரு முறை அவன் என் கடைக்கு வந்திருக்கிறான்; அப்போது என் மனைவி யோடு அவன் சிரித்துப் பேசிக்கொண்டிருந்ததும்கூட எனக்கு நினை விருக்கிறது. எங்கள் பழைய தொடர்புகள் மோசமாக இருந்ததால், இப்போது என் வீட்டுக்குள் வந்து அவன் எந்த வேலையையும் காட்ட வேண்டாம் என்று அவனிடம் உடனேயே நான் சொல்லி விட்டேன். ஆனால், என் மனைவிக்கும் அவனுக்கும் இடையே ஏதாவது ஒரு சம்பந்தம் இருக்கக் கூடும் என்ற எண்ணமே என்னிடம் சுத்தமாக இல்லை. ஏதோ என்னை எரிச்சல் படுத்துவதற் காகத் துடுக்குத்தனம் செய்கிறாள் என்றுதான் நினைத்தேன். ஆனால், அவனைச் சந்திக்க அடிக்கடி அவள் செல்வதுண்டு என்பதையும், அவர்கள் இருவருக்கும் பொதுவான நண்பராக இருக்கும் ஜூலியா செமியோனோவ்னா என்ற கர்னல் ஒருவரின் விதவை மனைவிதான் இந்த விஷயத்துக்கெல்லாம் மூலமாக இருப் பவள் என்பதையும் அந்த அத்தை என்னிடம் சொல்லிவிட்டாள். "அவளைப் பார்க்கத்தான் உங்கள் மனைவி போகிறாள்" என்றாள் அந்த அத்தை.

சரி... அந்த விஷயத்தைக் கொஞ்சம் சுருக்கமாகவே சொல்கிறேன். அதற்காக எனக்கு முந்நூறு ரூபிள் செலவழிக்க வேண்டியிருந்தது;

ஆனால், இரண்டே நாட்களில் எல்லா ஏற்பாடும் கச்சிதமாக முடிந்துவிட்டது. என் மனைவியும் யெஃபிமோவிச்சும் வழக்கமாக சந்திக்கும் இடத்தில் அதை ஒட்டிய அறையில், மூடிய கதவுகளுக்குப் பின்னால் இருந்து நான் ஒட்டுக் கேட்பதாக ஏற்பாடு. அதை எதிர்பார்த்திருந்த சமயத்தில், அதற்கு முந்தைய நாளன்று எங்களுக்கிடையே ஒரு காட்சி அரங்கேறியது! அது என்னவோ ரொம்பச் சின்னதுதான்! ஆனாலும் அதற்கு ஒரு முக்கியத்துவம் உண்டு.

அன்று மதியம் வீட்டுக்குத் திரும்பி வந்த அவள், படுக்கை மீது உட்கார்ந்துகொண்டு என்னைப் பரிகாசமாகப் பார்த்தபடி தரைவிரிப்பைத் தன் பாதங்களால் துழாவிக்கொண்டிருந்தாள். கடந்த ஒரு மாத காலமாக... அல்லது கடந்த இரண்டு வாரங்களாகவே அவள் தன்னுடைய இயல்பான குணங்களை ஒட்டி நடந்து கொண்டிருக்கவில்லை என்றோ... அந்த இயல்பை மீறிய ஏதோ ஒன்று அவளை ஆட்கொண்டிருக்கிறது என்றோ... அவளைப் பார்த்தபோது 'சட்'டென்று என் மூளையில் பட்டது. எனக்கு முன்பாக நான் பார்த்துக்கொண்டிருந்த ஜீவன்... வெறி பிடித்த, மூர்க்கமான இயல்பு கொண்ட ஒரு ஜீவன். அவமானகரமானது என்று சொல்ல நான் விரும்பவில்லை என்றாலும், மரியாதைக்குரிய நடத்தையோடு இல்லாத ஒரு ஜீவன்! எப்போது எதை வைத்துப் பிரச்சினை ஏற்படும் என்று தேடிப் பார்த்துக்கொண்டிருந்த ஜீவன்! ஆமாம்... அதற்காகவே அலைந்துகொண்டிருந்த ஜீவன்! ஆமாம்... அதற்காகவே அலைந்து கொண்டிருந்தது அது! ஆனாலும்... அவள் போக்கில் அவள் மென்மையாகவும்கூட இருந்தாள்! அப்படிப்பட்ட ஒரு பெண் கடுமையாக மாறும்போது, தன் நல்லியல்புகளை எவ்வளவுதான் வெளிக்காட்டிக்கொள்ள முற்பட்டாலும், தான் அதற்கு மாறாகவே இயங்கிக்கொண்டிருக்கிறோம் என்பதை அவளால் முற்றாக மறைக்க முடிவதில்லை; தான் ஏதோ ஒரு திட்டத்துடன் இருப்பதை மறைப்பது அவளுக்கு சாத்தியமாவதில்லை. அதனால் அவளுக்கு ஏற்படும் கூச்ச உணர்வு... நாகரிகத்தின் எல்லைக் கோடுகளைத் தாண்டிய ஆவேசம் ஆகியவற்றையும் அவளால் மறைத்துக்கொள்ள முடியாது! அதனாலேதான் இப்படிப்பட்ட பெண்கள், நம்மால் கொஞ்சமும் நம்பமுடியாத வகையில் மிகமிக தைரியமாகக்கூட நடந்து கொண்டுவிடுகிறார்கள். மாற்றவே முடியாத ஒரு வாழ்க்கைக்குப் பழகிப் போய் அதை ஏற்றுக்கொண்டும்விட்ட ஒரு பெண் அப்படி இல்லை என்று காட்டுவதற்கே எப்போதும் முயல்வாள்; அது அவளது இயல்புக்கு நேர் எதிராகவே இருக்கும்; தன்னைச் சுற்றியுள்ள எல்லோரையும் நூறு மடங்கு வெறுப்பேற்றிக் கொண்டே... நாகரிகமாகவும், நல்ல அடக்கநெறிகளோடும் இருப்பது போல நடித்துக் கொண்டிருப்பாள் அவள்; அந்த நடிப்பு உங்களைவிடத் தன்னை உயர்ந்தவளாகக் காட்டிக்கொள்ளும் விழைவு மட்டுமே...!

"இரண்டு பேர் ஒண்டிக்கு ஒண்டி யுத்தம் செய்யும் அழைப்பை ஏற்றுக்கொள்ள நீங்கள் அஞ்சினீர்கள் என்பது உண்மையா? அதனால்தான் நீங்கள் படைப் பிரிவிலிருந்து விலக்கப்பட்டதாகச் சொல்கிறார்களே...?" என்று ஒரு நாள் திடீரென்று அவள் என்னிடம் கேட்டாள். அப்படி அவள் கேட்பதற்கான முகாந்திரம் எதுவும் அப்போது இல்லை; குற்றம் சாட்டும் தொனியிலும் அதை அவள் கேட்கவில்லை. ஆனால், அதைக் கேட்டபோது அவள் கண்கள் கனன்றுகொண்டிருந்தன.

"முழுக்க முழுக்க அது உண்மைதான். என்னோடு வேலை பார்த்த வேறொரு அதிகாரியின் தீர்மானத்தால் நான் படைப்பிரிவை விட்டு விலக வேண்டியதாயிற்று; ஆனால், அதற்கு முன்பு நானே அதிலிருந்து விலகிக்கொண்டுவிட்டேன்."

"நீங்கள் ஒரு கோழை என்றுதான் உங்களை அவர்கள் வெளி யேற்றினார்கள்... அப்படித்தானே...?"

"ஆமாம்... அவர்கள் ஒரு கோழை என்றுதான் என்னை தண்டித்தார்கள். ஆனால், கோழைத்தனத்தால் நான் அந்த யுத்தத்தை மறுக்கவில்லை. அடக்கு முறையோடு கூடிய அவர்களது தீர்மானத் துக்கு நான் பணிய மறுத்ததாலேயே நான் அப்படிச் செய்தேன். நான் இழிவுபடுத்தப்பட்டதாக நானே எண்ணாதபோது அதற்காக இன்னொருவரோடு தனித்த போர் நடத்த எனக்கு விருப்பமில்லை; எனவே அதுகுறித்து அறைகூவல் விடுக்க நான் சம்மதிக்கவில்லை" என்று சொன்ன பிறகு, தொடர்ந்து இப்படியும் சொன்னேன்.

"இதோ பார்... ஒன்றை மட்டும் நீ தெரிந்துகொள்ள வேண்டும்! அப்படி ஒரு துவந்த யுத்தத்தில் ஈடுபடுவதைவிடவும் கடினமானது எது தெரியுமா? மிக மோசமான பின்விளைவுகள் ஏற்படக் கூடு மென்பது தெரிந்திருந்தும் அந்த அடக்குமுறைக்கு எதிராக நடந்து கொள்வதுதான்!"

என்னால் அப்படிச் சொல்லாமல் இருக்க முடியவில்லை. அந்தக் கடைசி வாக்கியத்தால் என்னை நானே நியாயப்படுத்திக் கொள்ள முயன்றேன். அவள் அதற்காகவே காத்துக்கொண்டிருந்தது போல இருந்தாள். எனக்கு ஏற்பட்ட அவமானத்துக்கு மற்றொரு ஆதாரம் அவளுக்குத் தேவையாக இருந்திருக்கிறது. விஷமத்தனமாகச் சிரித்துக்கொண்டே இப்படிக் கேட்டாள் அவள்.

"சரி... அதற்கப்புறம் கிட்டத்தட்ட மூன்று வருடகாலம் பீட்டர்ஸ் பர்க் தெருக்களில் நீங்கள் ஒரு நாடோடியைப் போல அலைந்து திரிந்து காசுக்காகப் பிச்சையெடுத்துக்கொண்டிருந்ததும்... பில்லி யர்ட்ஸ் விளையாடும் மேசைகளுக்குக் கீழே படுத்து உறங்கியதும்... அதெல்லாம் உண்மைதானா...?"

தமிழில் : எம்.ஏ. சுசீலா

“ஆமாம்... முழுக்க முழுக்க நிஜம்தான்! நான் சந்தைப் பகுதிகளில் படுத்து உறங்கியிருக்கிறேன். வியாஸெம்ஸ்கியின் தெருக்கடையில் உறங்கிக் கிடந்திருக்கிறேன். ராணுவப் பிரிவிலிருந்து நீக்கப்பட்ட பிறகு எக்கச்சக்கமான அவமானத்தையும் வீழ்ச்சியையும் நான் சந்தித் திருக்கிறேன். ஆனால், அது என் தார்மிக வீழ்ச்சி இல்லை. காரணம், அந்தச் சமயத்திலும்கூட என் செயல்களை நானே வெறுத்து வந்திருக் கிறேன். என் மன உறுதியில் ஏற்பட்ட சரிவுதான் அது...! அதற்கும் கூட எனக்கு ஏற்பட்ட மோசமான சூழ்நிலைதான் காரணமாக இருந்தது. ஆனால், அந்தக் காலமெல்லாம் இப்போது ஒரு முடிவுக்கு வந்துவிட்டது...”

“ஓ... இப்போது நீங்கள் முக்கியமானவர்... ஒரு முதலாளி அப்படித்தானே...?” என்றாள் அவள்.

என் அடகுத்தொழிலைக் குறிவைத்துத்தான் அவள் அப்படிச் சொன்னாள். ஆனால், என்னைக் கட்டுப்படுத்திக்கொண்டு அமைதியாக இருப்பதில் நான் முழு வெற்றி அடைந்திருந்தேன். என்னை நானே இழிவுபடுத்திக்கொண்டபடி விளக்கம் தர வேண்டும் என்பதே அவளது எதிர்பார்ப்பு என்பதை நான் கண்டு கொண்டேன்; அப்படி விட்டுக்கொடுக்க எனக்குச் சம்மதமில்லை. மேலும் அப்போது வீட்டின் அழைப்பு மணி வேறு அடித்தது. வாடிக்கையாளர் ஒருவர் வந்திருந்தார். அவரைப் பார்க்க நானும் பெரிய அறைக்குச் சென்றுவிட்டேன். அதற்கு ஒரு மணி நேரம் கழித்து திடீரென்று வெளியே செல்ல ஆயத்தமானாள் அவள்.

“நாம் திருமணம் செய்துகொள்வதற்கு முன்பே நீங்கள் இதை யெல்லாம் ஏன் சொல்லவில்லை...” என்று எனக்கு முன் நின்று கொண்டு கேட்டாள் அவள்.

நான் எந்த பதிலும் சொல்லவில்லை. அவள் வெளியே சென்று விட்டாள்.

அதற்கு அடுத்த நாள்தான்... நான் மூடிய கதவுக்குப் பின்னால் அந்த அறையில் நின்றுகொண்டிருந்தேன்; என் விதி எப்படி முடிவாகப்போகிறது என்பதைப் பற்றி அறிந்துகொள்வதற்காக என் சட்டைப் பையில் ஒரு துப்பாக்கியையும் வைத்தபடி நின்றிருந்தேன். அவள் அந்தச் சந்திப்புக்காகவே பிரத்தியேகமாக அலங்காரம் செய்துகொண்டு வந்திருந்தாள். யெஃபிமோவிச்சோடு மேசையருகே ஒன்றாக உட்கார்ந்திருந்த அவளை அவன் முட்டாளாக்கிக்கொண் டிருந்தான். நீங்கள் என்ன நினைக்கிறீர்கள்...? முடிவு எனக்கு சாதகமாக, நான் எதிர்பார்த்தது போலவேதான் இருந்தது; ஆனாலும் கூட அந்த நேரத்தில் அப்படி ஒரு முடிவு ஏற்படக் கூடும் என்று நான் எதிர்பார்த்திருக்கவில்லை என்பதும் உண்மைதான்...

நான், உங்களைக் குழப்பிக்கொண்டிருக்கிறேனா... அல்லது நான் நினைப்பதைத் தெளிவாகச் சொல்கிறேனா என்பது எனக்கே புரியவில்லை.

நடந்தது இதுதான்...! ஒரு மணி நேரம்... முழுதாக ஒரு மணி நேரம், நான் அங்கே இருந்தபடி அவர்கள் பேசிக்கொள்வதை யெல்லாம் கேட்டுக்கொண்டிருந்தேன். மிகவும் கௌரவமான, உயர்ந்த இலட்சியங்கள் கொண்ட ஒரு பெண்ணுக்கும், எந்த இலட்சியமுமே இல்லாதவனும் சிற்றின்ப நாட்டமும் மந்த புத்தியும் பிச்சைக்காரனைப் போலக் கெஞ்சி யாசித்து மன்றாடும் குணம் கொண்டவனுமான ஒருவனுக்கும் இடையே நடந்த வேடிக்கையான, புத்திசாலித்தனமான வாக்குவாதத்தின்போது நான் அங்கே இருந்தேன்.

அப்பாவியான இவள்... மென்மையான இந்தப் பெண்... எவரோடும் பழகாத இந்தச் சிறுமி... இதையெல்லாம் எப்படித் தெரிந்து வைத்துக்கொண்டிருக்கிறாள் என்ற திகைப்பில் ஆழ்ந்து போனேன் நான். காதல் கதைகளில், சுவாரசியமான வருணனை களை எழுதுவதில் தேர்ந்தவராக இருக்கும் ஒரு எழுத்தாளரால்கூட இப்படிப்பட்ட ஒரு காட்சியைக் கற்பனை செய்திருக்க முடியாது!

அப்பாவித்தனமான, பரிகாசம் கலந்த சிரிப்போடும் அற உணர்வின் புனிதத்தோடும் ஒரு தீமையை எதிர்கொண்டபடி அதை ஒப்புக்கொள்ள மறுத்துக்கொண்டிருந்தாள் அவள். அவளது சொற்கள்தான் எப்படி இதயத்தைக் கவ்வின...? மிகவும் தந்திரமான பாணியில் அவனது எண்ணத்தில் மண்ணைத் தூவிக்கொண்டிருந் தாள் அவள். அவனுக்கு அவள் அளித்த பதில்கள்... கூர்மையான வேகத்தோடும், புத்திசாலித்தனத்தோடும் எத்தனை சாதுரியமாக இருந்தன? அவனது கோரிக்கையை அவள் ஏற்க மறுத்ததும்கூட எவ்வளவு உண்மையாக இருந்தது? அதே நேரத்தில் ஜோடனைகள் எதுவும் இல்லாமல் ஒரு சின்னப் பெண்ணுக்கே உரிய வெளிப்படை யான தன்மையோடும் அவை இருந்தன.

அவள்மீதான தன் காதலை... விருப்பத்தை வெவ்வேறு பாவனைகள் மூலமும், உரையாடல்களின் வழியாகவும் அவன் தெரிவித்தபோது, அவனது முகத்துக்கு நேராகவே சிரித்தாள் அவள். முரட்டுத்தனமான ஒரு புயலைப் போல மிக எளிதாக அவளை ஆக்கிரமித்து விடலாமென்றும், அவள் அதைத் தீவிரமாக எதிர்க்க மாட்டாள் என்றும் அவன் கொண்டிருந்த நம்பிக்கையெல்லாம் நீர்க்குமிழி போல உடைந்து சிதறிப்போயிற்று.

அவள் அவனோடு உல்லாசமாக இருப்பதாகத்தான் முதலில் நான் நினைத்துக்கொண்டிருந்தேன்.

தமிழில் : எம்.ஏ. சுசீலா

தன்னுடைய சொந்த மதிப்பை உயர்த்திக் காட்டிக்கொள்வதற் காக, எனக்கு வேடிக்கை காட்டுவதைப் போல அவள் ஒரு தீய செயலில் ஈடுபட்டிருக்கிறாள் என்று நான் எண்ணியிருந்தேன்.

ஆனால், அது அப்படி இல்லை! நான் நினைத்தது தவறாகி விட்டது. உண்மை... சூரியனைப் போலப் பிரகாசிக்கத் தொடங்கி விட்டது. என் மனதில் துளிக்கூட சந்தேகமில்லாமல் செய்து விட்டது.

உலக அனுபவம் அதிகமில்லாத அவள், என் மீது கொண் டிருந்த வெறுப்பால் அப்படி ஒரு சந்திப்புக்கு இணங்கியிருக்கலாம். ஏதோ ஒரு மன எழுச்சி, என்னிடம் விசுவாசமில்லாமல் ஒரு கோபம் ஆகியவற்றால் தூண்டப்பட்டு அவள் அங்கே வந்திருக்கலாம். ஆனால், விஷயம் இந்த அளவுக்கு முற்றிப்போன பிறகு அவள் கண்கள் சட்டென்று திறந்திருக்க வேண்டும்.

என்னை அவமானத்துக்கு ஆளாக்குவதற்காகவே தன்னை மிக மிகக் கேவலமாகத் தாழ்த்திக்கொள்ளக் கடுமையான முயற்சி எடுத்துவிட்டு, அதனால் தனக்கே மானக்கேடு வந்துவிடும் நிலை ஏற்பட்டபோது அதைத் தாங்கிக்கொள்ள முடியாமல் போன ஒரு பெண்ணின் கதைதான் இது!

தூய்மையான ஒரு பெண்ணை... அப்பாவியான ஒருத்தியை... தன் இலட்சியங்களில் அசைக்க முடியாத நம்பிக்கைகொண்டிருப் பவளை வசியப்படுத்திவிட முடியுமென்று யெஃபிமோவிச்சோ, அவனைப் போன்ற வேறு சில பொறுக்கிகளோ எப்படித்தான் நம்பிக்கொண்டிருக்கிறார்களோ...? ஆனால்... அதற்கு நேர்மாறாக அவன்தான் நகைப்புக்கு ஆளாகிப்போனான். தன் ஆத்மாவிலிருந்து கிளர்ந்தெழுந்த உண்மை, இதயபூர்வமாக அவன்மீது கொண்டிருந்த வெறுப்பு இவற்றாலேயே அவனை இகழ்ந்தாள் அவள்.

மீண்டும் சொல்கிறேன் கேளுங்கள்...! இந்தக் காட்சியின் முடிவில் அந்த முட்டாள் மனிதன் திக்பிரமை பிடித்தவனைப் போல ஆகிப்போனான். அதற்குப்பிறகு அவன் எரிச்சலோடுதான் அங்கே உட்கார்ந்திருந்தான்; அவள் கேட்ட கேள்விகளுக்கெல்லாம் அவ்வள வாக அவன் பதில் சொல்லவில்லை. அவளைப் பழிவாங்கும் விருப்பத்தோடு அவன் அவளிடம் தவறாக நடந்துகொண்டு அவளை அவமானப்படுத்திவிடுவானோ என்றுகூட நான் பயப்பட ஆரம்பித்துவிட்டேன்...

மறுபடியும் நான் ஒன்றைச் சொல்லியாக வேண்டும்..! நான் முதலில் ஒரு ஆச்சரியமும் இல்லாமல்தான் அங்கே நடந்ததைக்

கேட்டுக்கொண்டிருந்தேன். வாழ்நாள் முழுவதும் எனக்கு நன்றாகப் பழகிப்போன ஒன்றுதான் இங்கேயும் நடக்கப்போகிறது என்பது போலவும், அதை வேண்டுமென்றே சந்திக்கச் செல்வது போலவும் தான் அங்கே நான் போயிருந்தேன். என் சட்டைப்பையில் துப்பாக்கியை வைத்திருந்தாலும், அவள்மீது உள்ள அவநம்பிக் கையினாலோ, அவளைக் குற்றம் சாட்டுவதற்காகவோ அங்கே நான் செல்லவில்லை. உண்மை அதுதான்! நான், வேறுமாதிரி எப்படி யோசித்திருக்க முடியும்? பிறகு... நான் அவளைத் திருமணம் செய்துகொண்டதற்கு என்னதான் அர்த்தம் இருக்கிறது...? அந்தச் சமயம் அவள் என்னை மிகவும் வெறுக்கிறாள் என்பதை நான் புரிந்துகொண்டிருந்த போதும், அவளிடம் எந்தக் குற்றமும் இல்லை என்பதிலும் நான் உறுதியாகத்தான் இருந்தேன்.

அந்தக் காட்சியை ஒரு முடிவுக்குக் கொண்டு வருவதைப் போல எங்களுக்கிடையே இருந்த அந்தக் கதவைத் திறந்தேன். யெஃபிமோவிச் என்னைக் கண்டதும் திகைத்தெழுந்தான். நான் அவளது கரங்களைப் பற்றிக்கொண்டு வீட்டுக்குச் செல்லலாம் என்றேன். அதற்குள் அதிர்ச்சியிலிருந்து விடுபட்டிருந்த யெஃபி மோவிச் விழுந்து விழுந்து சிரித்தான்.

“ஐயையோ...!! உங்கள் புனிதமான திருமண பந்தம் அளிக்கும் உரிமைக்கு நான் ஒன்றும் எதிரி இல்லை! அவளைக் கூட்டிச் செல்லுங்கள்...! தாராளமாகக் கூட்டிக்கொண்டு செல்லுங்கள்” என்றவன், என் முதுகுக்குப் பின்னால் இப்படிக் கத்தினான்.

“நாகரிகமான எந்த மனிதனும் உங்களோடு தனியாக நின்று, ஒண்டிக்கு ஒண்டி சண்டைபோட இரண்டு தடவையாவது யோசிப் பான்; ஆனால், உங்கள் மனைவி மீது வைத்திருக்கும் மதிப்பால் நான் அதற்குத் தயாராக இருக்கிறேன்..! நீங்கள் மட்டும் துணிச்ச லாக வந்தால் போதும்...!”

அவளை வாசலில் ஒரு நிமிடம் நிறுத்திவிட்டு “என்ன, அவன் சொல்வதைக் கேட்டாயா?” என்றேன். பிறகு வீடு வந்து சேரும் வரை இரண்டு பேரும் ஒரு வார்த்தைகூடப் பேசிக்கொள்ளவில்லை. நான் அவள் கையைப் பிடித்து அழைத்துச் சென்றதை அவள் தடுக்க முயலவில்லை; மாறாக அவள் மிகவும் பிரமித்துப்போயிருந்தாள். நடந்து முடிந்த சம்பவத்தை எண்ணி அவள் ஆச்சரியத்தில் ஆழ்ந்து போயிருந்தாள். ஆனால்... அவை எல்லாமே... நாங்கள் வீடு போய்ச் சேரும் வரை மட்டும்தான்!

வீட்டிற்குள் சென்றதும், என்னை வெறித்துப் பார்த்தபடி அப்படியே அமர்ந்திருந்தாள் அவள். வெளிறிப் போயிருந்த அவளது

உதடுகளில் அப்போதும்கூட ஒரு பரிகாசப் புன்னகை நெளிந்து கொண்டுதான் இருந்தது. கண நேரத்திற்குப் பிறகு ஏதோ ஒரு சவாலை எதிர்கொள்ளத் தயாராவதைப் போல என் கண்களையே அமைதி யாகப் பார்த்துக்கொண்டிருந்தாள் அவள். துப்பாக்கியால் நான் அவளைச் சுட்டுவிடுவேன் என்று ஒருவேளை அவள் எதிர் பார்த்திருக்கலாம். ஆனால், நான் என் சட்டைப்பையிலிருந்து அதை எடுத்து, அமைதியாக மேசைமீது வைத்தேன். அவள், என்னையும் துப்பாக்கியையும் பார்த்தபடி இருந்தாள். (அவளுக்கு அந்தத் துப்பாக்கி முன்பே பழக்கமானதுதான் என்பதை மனதில் குறித்துக் கொள்ளுங்கள்! நான் அடகுக்கடையைத் தொடங்கியபோது அதை வாங்கி ரவைகளையும் போட்டு வைத்திருந்தேன். அடகுத் தொழிலைச் செய்ய ஆரம்பித்தபோது, மோசரைப் போலப் பெரிய பெரிய நாய்களையோ, உடல்வலிமை கொண்ட ஒரு காவல் காரனையோ வைத்துக்கொள்ளக் கூடாது என்று நான் முடிவு செய்து விட்டேன்; ஆனால், என்னைப் போல இந்த மாதிரியான தொழில் களில் இருப்பவர்கள், தங்களுக்குத் தேவைப்படும்போது தற்காத்துக் கொள்வதற்காக எதையாவது வைத்துக்கொண்டுதான் ஆகவேண்டும். அதனால் நான் ரவைகள் நிரம்பிய துப்பாக்கியை எப்போதுமே ஆயத்தமாக வைத்திருந்தேன். எங்களுக்குத் திருமணமான ஆரம்ப நாட்களில் அந்தத் துப்பாக்கியின்மீது அவளுக்கு மிகவும் ஆர்வம் இருந்தது. அதைப் பற்றிப் பல கேள்விகளைக் கேட்டுத் தெரிந்து கொள்வாள். அதை இயக்குவது எப்படி என்றுகூட நான் அவளுக்கு விளக்கியதுண்டு. ஏதாவது ஒரு இலக்கைக் குறிபார்த்தபடி சுடுமாறு அவளை நான் தூண்டியும் இருக்கிறேன். தயவு செய்து இதையும் மனதில் இருத்திக்கொள்ளுங்கள்!)

மிரட்சியான பார்வையோடு இருந்த அவளைக் கவனிக்காததைப் போல நான் என் உடைகளைக் கழற்றிவிட்டுப் படுத்துக்கொண்டேன். கடுமையான சோர்வும் களைப்பும் என்னை ஆட்கொண்டிருந்தது. அப்போது இரவு மணி பதினொன்று. கிட்டத்தட்ட ஒரு மணி நேரத்துக்கும் மேல், இருந்த இடத்தை விட்டு நகராமல் அப்படியே உட்கார்ந்திருந்தாள் அவள். அதன் பிறகு மெழுகுவர்த்தியை அணைத்துவிட்டு உடைகளைக்கூட மாற்றிக்கொள்ளாமல் சுவரின் அருகிலிருந்த சோஃபாவில் போய்ப் படுத்துக்கொண்டாள். அவள் என்னோடு சேர்ந்து படுத்துக்கொள்ளாதது அதுவே முதல் முறை...! தயவுசெய்து அதையும் குறித்துக்கொள்ளுங்கள்!

அத்தியாயம் – 6
ஒரு கொடூர நினைவு

இப்பொழுது ஒரு கொடூர நினைவைப் பற்றிச் சொல்லப் போகிறேன்.

நான் காலை எட்டுமணியைப் போல எழுந்திருந்தேன். அப்பொழுதே அறையில் வெளிச்சம் வந்துவிட்டது என்பது ஞாபகம் இருக்கிறது. என் புலன்கள் முழுமையாக விழித்துக்கொள்ள, நான் என் கண்களைத் திறந்தேன். அவள் அந்தத் துப்பாக்கியைக் கையில் ஏந்தியபடி ஜன்னலருகே நின்றுகொண்டிருந்தாள். நான் கண் விழித்து அவளைப் பார்த்ததை அவள் கவனிக்கவில்லை. கையில் பிடித்திருந்த துப்பாக்கியோடு அவள் என்னை நோக்கி மெதுவாக நகர்ந்து வந்தாள். நான் சட்டென்று கண்களை மூடிக் கொண்டு தூங்குவதைப் போல நடித்தேன்.

அவள் படுக்கைக்கு மிக அருகில் வந்து என் பக்கத்தில் நின்றாள். அந்தச் சத்தம் எல்லாமே எனக்கு நன்றாகக் கேட்டது. அறைக்குள் அடர்த்தியான அமைதியும் மௌனமும் நிலவிய தாலேயே என்னால் அதைக் கேட்க முடிந்தது. திடீரென்று சலசலப் பான சில ஓசைகளைக் கேட்டதும்... என் கண்கள் தானாகவே திறந்துகொண்டன. அவள் என்னை... என் கண்களுக்குள் ஊடுருவிய படி நேருக்கு நேராகப் பார்த்துக்கொண்டிருந்தாள். துப்பாக்கி என் நெற்றிப் பொட்டை ஒட்டி இருந்தது. எங்கள் கண்கள்... வினாடிக்கும் குறைவான நேரம் சந்தித்துக்கொண்டன. நாங்கள் ஒருவரை ஒருவர் பார்த்துக்கொண்டோம். நான் மறுபடியும் மிகவும் கஷ்டப்பட்டு என் கண்களை மூடிக்கொண்டேன். அந்தக் கணத்தில் என்ன நடந்தாலும் அசையவோ, கண்களைத் திறக்கவோ கூடாது என்று என் மன உறுதியையும் சக்தியையும் ஒட்டுமொத்தமாய்த் திரட்டியபடி முடி வெடுத்துக்கொண்டேன்.

நன்றாக உறங்கிக்கொண்டிருக்கும் ஒரு மனிதன் சட்டென்று கண்களைத் திறந்து வினாடி நேரம் தலையைத் தூக்கி, சுற்றுமுற்றும் பார்ப்பதும், பிறகு தலையணையில் தலையைப் புதைத்துக் கொண்டு... தன்னிச்சையாக... எந்த ஞாபகமும் இல்லாமல் தூங்கிப் போவதும் உலக வழக்கில் இயல்பாக நடக்கக் கூடியதுதான்!

ஆனாலும்... அவளது பார்வையைச் சந்தித்து என் நெற்றிப் பொட்டுக்கு மிக அருகே இருந்த அந்தத் துப்பாக்கியையும் உணர்ந்த பின்னும் நான் கண்களை மூடிக்கொண்டு அசையாமல் கிடந்தேன். உண்மையிலேயே நான் ஆழ்ந்த உறக்கத்தில் இருப்பதைப் போலவும்...

இடையில் நான் கண்ணை விழித்துப் பார்த்தது தன்னிச்சையான செயல் என்பதைப் போலவும்தான் அவள் நினைக்க முடியும். காரணம், உண்மையாகவே அதை நான் பார்த்து என் மனதிலும் அது பதிந்திருந்தால் பிறகு நான் கண்ணை மூடிக்கொண்டிருக்க முடியாது என்று அவள் எண்ணியிருக்கக் கூடும்!

ஆமாம்...! அதை வேறு வகையாகக் கற்பனை செய்து பார்ப்பது கடினம்தான்! ஆனாலும்கூட... ஒருகால் அவள் உண்மையை ஊகித் திருக்க வாய்ப்பு இருக்கிறதோ என்ற எண்ணமும் என் மனதில் தோன்றாமல் இல்லை. இந்த மனிதர்களின் எண்ண ஓட்டம்தான் எப்படிப்பட்ட மின்னல் வேகம் கொண்டது?

ஒருவேளை (நான் நினைத்தது போல) அப்படி இருந்தால்... நான் தூங்கவில்லை என்ற உண்மையை அவள் ஊகித்திருந்தால், சாவை ஏற்றுக்கொள்ள நான் தயாராக இருந்ததன் மூலம் அவள் திட்டத்தை நொறுக்கிப்போட்டிருந்தால்... என்னைச் சுடவந்த அவளது கரங்கள் இப்போது தள்ளாடிக்கொண்டுதான் இருக்கும். ஆரம்பத்தில் அவளுக்கு இருந்த மன உறுதியெல்லாம் இந்தப் புதிய திருப்பத்தில் சிதறிப்போயிருக்கும்.

மிக உயரமான இடத்தில் நின்றுகொண்டிருப்பவர்கள்... கீழே தெரியும் மிக ஆழமான சரிவுகளை, பள்ளங்களை நோக்கி ஈர்க்கப் படுவது தவிர்க்க இயலாதது என்பது பொதுவான ஒரு உண்மை. நிறைய தற்கொலைகள் நடப்பதற்கு இதுவே காரணம்! கொலை காரனின் கையிலோ, தற்கொலைக்கு முயல்பவனின் கையிலோ துப்பாக்கி இருப்பது மட்டுமே காரணம்!

இப்போது இங்கேயும்கூட மிகப்பெரிய அதலபாதாளம் ஒன்று காத்துக்கொண்டிருக்கிறது! நாற்பத்தைந்து டிகிரி கோணத்தில் குப்புற வீழ்த்திவிடும் ஒரு சரிவு ஆயத்தமாக இருக்கிறது. இதில் சறுக்காமல் இருப்பது அசாத்தியம். துப்பாக்கியின் விசையை அழுத்த வேண்டுமென்ற உந்துதல்களைத் தவிர்ப்பது அப்போது மிக மிகக் கடினம்...!

இங்கு... எல்லாவற்றையுமே நான் பார்த்துவிட்டேன்! நடப்பது எல்லாமே எனக்குத் தெரியும்...! அவளது கைகளால் அமைதியாகச் சாவதற்கு நான் காத்துக்கொண்டிருக்கிறேன் என்பதை அறிய நேர்ந்தால், சரிவில் தலைகுப்புற விழுந்துவிடாமல் அவள் தன்னைக் கட்டுப்படுத்திக்கொண்டுவிடலாம்.

அமைதி... தொடர்ந்த அமைதி...! என் நெற்றிப்பொட்டில் அதை ஒட்டிய தலைமுடியில் குளிர்ச்சியான இரும்புத் துப்பாக்கியின் அழுத்தத்தை நான் உணர்ந்துகொண்டிருந்தேன்.

தப்பித்துக்கொள்ள முடியும் என்ற நம்பிக்கை அப்போது என்னிடம் இருந்ததா என்று நீங்கள் கேட்கலாம்!

அதற்கான பதிலை நான் சொல்கிறேன்... நான் பேசுவது உண்மை என்பது கடவுளுக்கு மட்டுமே தெரியும்.

நான் தப்பித்துவிடக்கூடும் என்ற நம்பிக்கைக்கு இடமே இல்லை! அணு அளவுகூட இல்லை...! ஒருவேளை... நூற்றில் ஒன்று இருந்திருக்கலாமோ என்னவோ? ஆனாலும்கூட நான் சாவை ஏற்றுக்கொள்ள ஆயத்தமானது ஏன்...?

சரி...! உங்களிடம் இப்படிக் கேட்கிறேன்! நான் மிகமிக நேசித்துக் கொண்டிருக்கும் ஒரு ஜீவனே என்னைத் துப்பாக்கியால் குறி பார்த்துக்கொண்டிருக்கும்போது அப்புறம் இந்த வாழ்க்கைக்கு என்னதான் அர்த்தம் இருக்கிறது...? வாழ்வா... சாவா என்பது போன்ற ஜீவமரணப் போராட்டம் எங்கள் இருவருக்கும் இடையே நடந்துகொண்டிருப்பதை அந்தக் கணத்தில் நான் முழுப் பிரக்ஞை யோடு விளங்கிக்கொண்டேன்.

ஒண்டிக்கு ஒண்டியான ஒரு யுத்தம்! முன்னொரு நாளில்... கோழைத்தனமானவன் என்று குற்றம் சாட்டப்பட்டு உடன் பணி யாற்றிய அதிகாரிகளால் வெளியேற்றப்பட்ட ஒருவன் சம்பந்தப் பட்டிருக்கும் யுத்தம் இது...! எனக்கு அது நன்றாகத் தெரிந்திருந்தது. நான் உறங்கவில்லை என்ற உண்மையை ஊகித்திருந்தால் அவளுக்கும் அது தெரிந்திருக்கும்.

இப்படிப்பட்ட எண்ணங்களெல்லாம் அந்த நேரத்தில் என்னுள் உண்மையாகவே தோன்றாமல்கூட இருந்திருக்கலாம். அல்லது அது குறித்த பிரக்ஞை இல்லாமல் என் ஆழ்மனம் அவ்வாறு சிந்தித்திருக்கலாம். எது எப்படி இருந்தாலும், அந்தக் கணத்திலிருந்து தொடங்கி இதோ இந்த நிமிடம் வரை என் வாழ்க்கையின் ஒவ்வொரு நொடியிலும் அதைப்பற்றி மட்டுமே நான் நினைத்துக்கொண்டிருக்கிறேன்...!

ஆனால் (நீங்கள் மீண்டும் இப்படி ஒரு கேள்வியை எழுப்ப லாம்) இவ்வளவு கொடூரமான ஒரு குற்றத்தைச் செய்வதிலிருந்து நான் அவளைக் காப்பாற்றாதது ஏன்? இதே கேள்வியை ஆயிரம் தடவைக்கு மேல் எனக்கு நானே கேட்டுக்கொண்டுவிட்டேன். அதை நினைவுபடுத்திக்கொள்ளும்போதெல்லாம் என் முதுகுத் தண்டு சிலிர்த்துப்போய்விடும்!

குறிப்பிட்ட அந்த நேரத்தில் என் ஆன்மா, ஒரு இருட்டடிப்புக்கு ஆளாகியிருந்தது. உயிருக்கே ஆபத்தான ஒரு சூழ்நிலையில் இருந்தேன்.

தமிழில் : எம்.ஏ. சுசீலா ● 105

அபாயத்தின் கடைசி விளிம்பில் இருந்தபோது என்னால் எப்படி இன்னொருவரைக் காப்பாற்ற முடியும்? அதற்கான உந்துதலும்கூட எனக்குள் எப்படி எழ முடியும்? அப்படிப்பட்ட ஒரு வேளையில் நான் இன்னொருவரைக் காப்பாற்ற முயலவேண்டும் என்று நீங்கள் எப்படி நினைக்கலாம்? அந்த வேளையில் எந்த மாதிரியான உணர்வுகள் என்னை ஆக்கிரமித்திருந்தன என்பதை உங்களால் சொல்ல முடியுமா?

ஆனால்... அப்போது... முழுநேரமும் என் மனம் பயங்கரத் தத்தளிப்பில் தவித்தபடி இருந்தது. நொடிகள் கடந்துகொண் டிருந்தன. எங்கும் மரண அமைதி...! இன்னமும்கூட என் அருகிலே தான் நின்றுகொண்டிருந்தாள் அவள்.

பிறகு... எப்படியோ ஒரு நம்பிக்கை வரப்பெற்றவனாக நான் சட்டென்று கண்களைத் திறந்தபோது அவள் அந்த அறையிலேயே இல்லை. நான் படுக்கையை விட்டு எழுந்தேன். என்றென்றைக்கு மாய் அவளை வெற்றிகொண்டிருந்தேன் நான்!

தேநீர் அருந்துவதற்காகப் படுக்கை அறையிலிருந்து வெளியே வந்தேன். பொதுவாக அடுத்தாற்போல இருந்த அந்த அறையில்தான் நாங்கள் தேநீர் குடிப்பது வழக்கம். தேநீரை அவள் ஊற்றித்தர, நான் எதுவுமே பேசாமல் மேசையருகே அமர்ந்து அவள் தந்த தேநீர்க் கோப்பையைப் பெற்றுக்கொண்டேன். ஐந்து நிமிடம் சென்ற பிறகு அவளைப் பார்த்தபோது பயங்கரமாக வெளிறிப்போயிருந்தாள் அவள்...! முந்தைய இரவைவிடவும் மோசமாக...! அவள் பார்வையும் என்மீது படிந்தது. நான் அவளைப் பார்த்துக் கொண்டிருந்ததை திடீரென உணர்ந்துகொண்டவள், என்னைப் பார்த்துப் புன்னகை செய்தாள்! ஆமாம்... வெளிறிப்போன இதழ்களில் சோகையான ஒரு புன்னகை... கூடவே அவளது கண்களில் அச்சத்தோடு கூடிய ஒரு கேள்வி தொக்கி நின்றதையும் காண முடிந்தது.

'அப்படியென்றால் அது அவளுக்கு இன்னும் உறுதிப்பட் டிருக்கவில்லை என்பதுதான் அர்த்தம்! இவருக்கு அது தெரியுமா... தெரியாதா... அதை அவர் பார்த்தாரா... பார்க்கவில்லையா...' என்று தனக்குத்தானே கேட்டுக்கொண்டிருக்கிறாள் அவள்!

நான் அவளை அலட்சியப்படுத்துவதைப் போல என் பார்வையை வேறு புறம் திருப்பிக்கொண்டேன்.

தேநீர் அருந்தியபின் கடையைப் பூட்டிவிட்டுக் கடைத் தெருவுக்குச் சென்ற நான், ஒரு இரும்புக் கட்டிலும் திரையும் வாங்கி வந்தேன். வீட்டுக்குத் திரும்பி வந்ததும் முன்னறையின் ஒரு பகுதி

யிலேயே கட்டிலைப் போட்டுவிட்டு அதைச் சுற்றித் திரையை அமைத்தேன். அது... அவளுக்கு மட்டுமேயானது! ஆனால், அதைப் பற்றி அவளிடம் நான் ஒரு வார்த்தைகூடச் சொல்லவில்லை! நான் சொல்லாமலேயே அவள் அதைப் புரிந்துகொண்டுவிட்டாள். எனக்கு எல்லாமே தெரிந்துவிட்டது. நான் எல்லாவற்றையுமே பார்த்து விட்டேன் என்பதை அந்தத் தனிப்படுக்கையே அவளுக்கு உணர்த்தி யிருக்கும். அதில் சந்தேகம் எழுவதற்கே வாய்ப்பில்லை.

அன்றிரவு வழக்கம்போலவே துப்பாக்கியை எடுத்து மேசை மீது வைத்தேன். அவளும் தன் புதிய படுக்கையில் அமைதியாகப் படுத்துக் கொண்டாள். எங்கள் திருமண பந்தம், உறவு, அந்தக் கணத்திலேயே முடிந்துபோய்விட்டது.

அவளை நான் வெற்றிகொண்டுவிட்டேன். ஆனால், மன்னிக்க வில்லை என்று சொல்லிக்கொண்டேன்.

அன்றைக்கு இராத்திரியே அவளுக்கு ஜன்னி கண்டது. காலையில் எழுந்தபோது கடும் காய்ச்சல். ஆறு வாரம் அவள் படுக்கையிலேயே கிடந்தாள்.

பாகம் – 2

அத்தியாயம் – 1
பெருமிதமான ஒரு கனவு

தன் எஜமானியின் இறுதிச் சடங்குகள் முடிந்ததுமே தான் சென்றுவிடப்போவதாகவும், அதற்குமேல் என்னோடு தங்கியிருக்கும் உத்தேசம் இல்லையென்றும் இப்போது வந்து என்னிடம் சொல்லிவிட்டுப் போனாள் லூகேர்யா. நான் முழந்தாளிட்டபடி ஐந்து நிமிடங்கள் ஜெபம் செய்தேன். ஒருமணி நேர மாவது அப்படிச் செய்ய வேண்டும் என்பது என் விருப்பம்! ஆனால்... முழுநேரமும் என் உள்ளத்தில் யோசனைகள் மொய்த்துக் கொண்டே இருக்கும்போது... வலியோடு கூடிய பல நினைவுகள் என்னை ஆக்கிரமித்துக் கொண்டிருக்கும்போது... என் தலை வேறு கடுமையாக வலிக்கும்போது அப்படி ஜெபம் செய்வதால் என்ன பயன்? அது ஒரு பாவம்தானே?

என்னால் தூங்க முடியவில்லை என்பதும்கூட வினோதமானது தான்! ஒருவர், மிகவும் வருத்தமாக, மிகமிகக் கொடுமையான ஒரு துன்பத்தில் ஆழ்ந்திருக்கும்போது... தன் வேதனைகளைக் குமுறலும், புலம்பலுமாய்க் கொட்டித் தீர்த்துவிட்டு அசந்து கிடக்கும் அந்த ஆரம்பக் கட்டத்திலாவது உறக்கம் ஒருவரை ஆட்கொள்ளத்தான் செய்யும்!

மரண தண்டனை விதிக்கப்பட்டிருக்கும் மனிதர்கள் தண்டனைக்கு முந்தைய அந்த இரவில் ஆழ்ந்த உறக்கம் கொள்வார்கள் என்று நான் கேள்விப்பட்டிருக்கிறேன். அது அப்படித்தான் இருக்க முடியும். அதுதான் இயற்கை. அப்படி இல்லாமல் போனால் அவர்களால் அதைத் தாங்கிக்கொள்ளவே முடியாது...!

நான் சோஃபாவில் படுத்துக்கிடந்தேன்! ஆனால்... என்னால் உறங்க முடியவில்லை!

அவள் ஆறு வாரங்களாக நோயின் பிடியில் இருந்தாள். நானும் லூகேர்யாவும் அவளை இரவும் பகலுமாய்க் கண்காணித்து வந்தோம். மருத்துவ மனையிலிருந்து அவளது உதவிக்காகப் பயிற்சி பெற்ற தாதி ஒருத்தியையும்கூட நான் பணியில் அமர்த்தியிருந்தேன்.

செலவைப் பற்றி நான் கவலைப்படவில்லை; உண்மையில் அவளுக்காகச் செலவு செய்வதை நான் விரும்பினேன்.

டாக்டர் ஷ்ரோதரைக் கூட்டிக்கொண்டு வந்து காட்டினேன். ஒவ்வொரு முறை அவர் வரும்போதும் அவருக்குப் பத்து ரூபிள் கொடுத்தேன்.

அவளுக்கு சுயநினைவு திரும்பியபிறகு மிகவும் தேவைப் பட்டாலொழிய, அவளது அறைக்குச் செல்வதை நான் நிறுத்தி விட்டேன்.

இதையெல்லாம் நான் ஏன் சொல்லிக்கொண்டிருக்கிறேனோ... தெரியவில்லை...!

முடிவில் அவள் முழுமையாகக் குணமாகி எழுந்த பிறகு, என் அறையில் போட்டிருந்த பிரத்தியேகமான ஒரு மேசைக்கு அருகில், எதுவும் பேசாமல் அமைதியாக உட்கார்ந்திருப்பாள். அது, அந்த நேரத்தில் அவளுக்காகவே நான் வாங்கிய மேசை...!

ஆமாம்...! அது உண்மைதான்! நாங்கள் இரண்டு பேரும் எதுவுமே பேசாமல் இருந்தது உண்மைதான்! பிறகு கொஞ்சம் கொஞ்சமாக நாங்கள் பேச ஆரம்பித்தோம்...! ஆனால் அவை யெல்லாம் மிகச் சாதாரணமானவை! அற்ப விஷயங்கள்! நான் வேண்டுமென்றே எவ்வளவு முடியுமோ... அவ்வளவு குறைவாகவே பேசினேன்! அவளும்கூடத் தேவையில்லாமல் ஒரு வார்த்தைகூடப் பேச முற்படவில்லை. அப்படி இருப்பதைத்தான் அவள் விரும்பினாள். அவளைப் பொறுத்தவரை அது இயல்பானதுதான் என்றே நானும் நினைத்தேன்.

'அவள் மிகவும் ஆடிப்போயிருக்க வேண்டும். தன்னைப் பற்றித் தாழ்வாக நினைத்துக்கொண்டிருக்க வேண்டும்' என்றும்,

'நடந்து போன விஷயங்களை மறந்து, சகஜ நிலைக்கு வர அவளுக்குச் சிறிது நேரம் தரவேண்டும்' என்றும் எனக்குள் எண்ணிக் கொண்டேன்.

அதனாலேயே நாங்கள் மௌனமாக இருந்தோம். ஆனால், ஒவ்வொரு நிமிடமும் எங்கள் எதிர்காலத்தைப் பற்றிச் சிந்தித்த படியேதான் நான் இருந்தேன். அவளும் அப்படிப்பட்ட சிந்தை யோடு இருப்பாள் என்றே எனக்குத் தோன்றியது. ஆனால்... அந்த நேரத்தில் அவள் என்ன நினைத்துக்கொண்டிருந்தாள் என்றெல் லாம் ஊகித்துப் பார்க்க நான் விரும்பவில்லை! அப்படிச் செய்வது என் எண்ண ஓட்டத்துக்கு இடையூறாக இருக்குமென்று நான் நினைத்தேன்.

இன்னொரு விஷயத்தையும் சொல்லியாக வேண்டும்.

அவள் நோய்வாய்ப்பட்டிருந்தபோது எனக்கு ஏற்பட்ட மனத் துன்பங்களை இந்த உலகில் வேறு யாருமே அறிந்திருக்க முடியாது! நான் என் கவலைகளை எனக்குள்ளேயே புதைத்துக் கொண்டிருந்தேன். லூகேர்யாவுக்குக்கூட அது தெரியாது. உண்மையை முழுமையாகத் தெரிந்துகொள்வதற்கு முன்பே அவள் இறந்து விடுவாளோ என்று பயந்துபோனேன். அதை என்னால் கற்பனை செய்துகூடப் பார்க்க முடியவில்லை! ஏற்றுக்கொள்ளவும் முடிய வில்லை.

ஆனால், அவள் அபாயகரமான கட்டத்தைத் தாண்டிய உடனேயே – மிகச் சீக்கிரமாகவே – முழுமையான இயல்பு நிலைக்கு நான் திரும்பிவிட்டேன் என்பது எனக்கு நினைவிருக்கிறது.

அது மட்டுமில்லை...!

எங்கள் எதிர்காலம் பற்றி முடிவு செய்வதை எத்தனை நாட்கள் முடியுமோ, அத்தனை நாட்கள் ஒத்திவைப்பதென்றும் இப்போதைக்கு விஷயங்களை அதன் போக்கிலேயே விட்டுவிடுவதென்றும் நான் முடிவெடுத்தேன். அந்தச் சமயம்... மிகவும் புதிரானதும் வினோதமானதுமான ஓர் உணர்வின் பிடியில் நான் ஆட்பட்டிருந்தேன். (அதை எப்படி விவரிப்பதென்று எனக்குத் தெரியவில்லை) எப்படியோ... வெற்றி பெற்றுவிட்டது நான்தான் என்ற உணர்வே எனக்குப் போதுமானதாக இருந்தது.

அந்தப் பனிக்காலம் முழுவதும் அவ்வாறே கழிந்தது. குறிப் பிட்ட அந்தக் காலகட்டத்தில் இருந்ததைப் போல நான் நிறைவாக வும் மகிழ்ச்சியாகவும் இருந்த நாட்களே இதுவரை இல்லை.

என் மனைவியோடு சம்பந்தப்பட்ட கொடூரமான சம்பவம் நடந்தது வரை என் வாழ்வில் முன்பு நடந்து முடிந்திருந்த வேறொரு பயங்கரமான நிகழ்ச்சியின் தாக்கமே என்னை ஆட்டிப்படைத்துக் கொண்டிருந்தது. ஒவ்வொரு நாளும்... ஒவ்வொரு மணி நேரமும் அது என் நெஞ்சுக்குள் பாரமாகக் கனத்துக்கொண்டிருந்தது.

இராணுவத்திலிருந்து நான் வலுக்கட்டாயமாக விலக நேர்ந்ததும்... என் சுய மதிப்பைப் பறிகொடுத்ததுமான அந்த நிகழ்வுதான் அது!

அதைச் சுருக்கமாகச் சொல்கிறேன்!

நான் மிக மிக இழிவான ஒரு அநீதிக்கு ஆளானவன். என்னோடு பணியாற்றிய அதிகாரிகளுக்கு எப்போதுமே என்னைப்

பிடிக்காது. அதற்குக் காரணம் என்னுடைய சிக்கலான, சற்றுக் குழப்ப மான குண இயல்புதான்! உங்களுடைய எந்தப் பண்பு உயர்வான தாகவும் சிறப்பானதாகவும் உங்களுக்குப் படுகிறதோ... எந்த இயல்பை உங்களுக்குப் பிடித்தமானதென்று நினைக்கிறீர்களோ... அதுவே உங்கள் நண்பர்களின் கண்ணுக்கு வேடிக்கையாகவும் பரிகாசமாகவும் படக்கூடும்...! இது வழக்கமாக நடப்பதுதான்! தனியாக எந்தக் காரணமும் இதற்கு இல்லை!

என் பள்ளி நாட்களிலேயே என்னை யாருக்கும் பிடிக்காது. எப்போதும் எல்லோரும் என்னை வெறுத்தே வந்திருக்கிறார்கள். என்னை எந்த நேரத்திலும் எவரும் விரும்பியதில்லை. லூகேர் யாவுக்குக்கூட அது சாத்தியமாகவில்லை.

இராணுவப் படைப்பிரிவில் நான் இருந்தபோது நடந்த அந்த நிகழ்ச்சிக்கு என்னை எவரும் விரும்பாததுதான் முக்கியமான காரணம்...! ஆனால், அதற்கான நேரடிக் காரணம் தற்செயலாக நடந்த ஒரு நிகழ்வு!

தற்செயலாக நடக்கும் சம்பவத்தால் ஏற்படும் வீழ்ச்சியைவிடக் கொடுமையானதும் பொறுத்துக்கொள்ள முடியாததும் வேறு எதுவுமில்லை என்று எண்ணுவதாலேயே நான் இதைச் சொல்லிக் கொண்டிருக்கிறேன்.

சந்தர்ப்ப சூழ்நிலைகள் வாகாக ஒன்றுசேர்ந்திருக்கவில்லை யென்றால், கூடிக் கலையும் மேகத்தைப் போலக் கலைந்து போ யிருக்கக் கூடியதுதான் அந்தச் சம்பவம்!

நல்ல படிப்பறிவு கொண்ட ஒரு மனிதனுக்கு அதைவிட அவமானகரமானதாக எதுவுமே இருக்க முடியாது.

நடந்தது இதுதான்!

நான் இராணுவத்தில் இருந்தபோது ஒருநாள் நாடகம் பார்க்கச் சென்றிருந்தேன். இடைவேளையின்போது அங்கே இருந்த ஒரு மதுக்கடைக்கு நான் போனேன். அந்த இடம் மிகவும் கூட்டமாக இருந்தது. ஏராளமான அதிகாரிகள் அங்கே நிறைந்திருந்தார்கள். அந்த நேரத்தில் குதிரைப் படையைச் சேர்ந்த இரண்டு அதிகாரிகள் திடீரென்று உள்ளே வந்து சத்தமாகப் பேசத் தொடங்கிவிட்டார் கள். எங்கள் படைப்பிரிவைச் சேர்ந்த பெஸூம்ட்சேவ் என்ற காப்டனைப் பற்றி ஒருவன் கன்னாபின்னவென்று பேசினான். அவர் பயங்கரக் குடிகாரர் என்றும் எல்லோரையும் சித்திரவதை செய்வார் என்றும் அவன் எல்லோரிடமும் சொன்னான். ஆனால், அந்தப் பேச்சு மிக விரைவிலேயே முடிவுக்கு வந்துவிட்டது. மேலும், அந்தப்

பேச்சு முழுவதுமே பிழையான முடிவுகளோடு கூடியது. அந்தக் காப்டன் அப்படிப்பட்ட ஒரு குடிகாரரும் இல்லை. அந்தக் குதிரைப் படை அதிகாரிகள் ஏதோ உளறிக்கொண்டதோடு அந்தப் பேச்சு முடிந்துவிட்டது. ஆனால், அதற்கு மறுநாளே அந்தச் செய்தி எங்கள் படைப்பிரிவை எட்டிவிட்டது. எங்கள் படை சார்ந்து அந்த இடத்தில் இருந்த ஒரே ஒரு அதிகாரியாகிய நான், எல்லோரது தாக்குதலுக்கும் இலக்காகிப் போனேன். குதிரைப் படைக்காரன், கேப்டனைப் பற்றித் துடுக்குத்தனமாகப் பேசியபோது நான் உடனே அவனை ஓங்கி ஒரு குத்து விட்டிருக்க வேண்டுமென்றும் அப்படிச் செய்ய நான் தவறி விட்டேன் என்றும் அவர்கள் பேசிக்கொண்டார்கள்.

ஆனால், நான் ஏன் அப்படிச் செய்ய வேண்டும்? கேப்டனின் காலடியில் விழுந்து கிடந்து அவன் போடும் எலும்புத் துண்டைப் பொறுக்க வேண்டுமென்று எவனாவது ஆசைப்பட்டால்... அது, அவனது சொந்த சமாச்சாரம்! எனக்கும் அதற்கும் எந்தச் சம்பந்தமும் இல்லை. ஆனால், என் படைப்பிரிவில் இருந்த அதிகாரிகளோ, இது சொந்த விஷயம் இல்லை என்றும் மொத்தப் படைப்பிரிவும் சம்பந்தப்பட்டது என்றும் நினைத்தார்கள். அந்தச் சம்பவம் நடந்த போது எங்கள் பிரிவிலிருந்து அங்கே இருந்தவன் நான் மட்டும்தான் என்பதாலும், நான் எதுவும் செய்யாமலிருந்துவிட்டதாலும் என்னைக் கடுமையாக ஏசினார்கள். எங்கள் படைப்பிரிவின் கௌரவத்தைப் பிற அதிகாரிகளுக்கும், வேறு பொதுமக்களுக்கும் எதிரே நான் காப்பாற்றத் தவறிவிட்டேன் என்பதுதான் அவர்களது குற்றச்சாட்டு!

ஆனால், அவர்கள் சொன்ன வாதத்தை என்னால் ஏற்க முடியவில்லை. கேப்டனைப் பற்றிய அவதூறான பேச்சை முதலில் தொடங்கி வைத்த அதிகாரி 'ஏ'யிடம் சென்று அதற்கான விளக்கத்தை நான் கேட்க வேண்டும் என்றும், கொஞ்சம் காலம் தாழ்ந்த செயலாக இருந்தாலும் அது இந்தச் சம்பவத்தை ஈடுகட்டிவிடும் என்றும் என் பிரிவு அதிகாரிகள் சொன்னார்கள். ஆனால், அதில் எனக்கு விருப்பமில்லை. அவ்வகையான அபிப்பிராயத்தை நான் கடுமையாக எதிர்த்தேன். என் சுயகௌரவத்தைத் தாழ்த்திக்கொண்டு அப்படிச் செய்வதில் எனக்குச் சம்மதமில்லை. எனவே அந்தக் கோரிக்கையை ஏற்க மறுத்து உடனடியாக அந்த இராணுவப் பணியிலிருந்து நான் விலகிக்கொண்டேன்.

நடந்த முழுக்கதையும் இதுதான்!

ஒருபுறம் பெருமிதம் இருந்தாலும் காயப்பட்டு நொறுங்கிப் போனவனாக நான் அதை விட்டு விலகினேன். ஆனால், என் இதயம்

பெருத்த அதிர்ச்சிக்கு ஆளாகியிருந்தது. அதே சமயத்தில் இன் னொன்றும்கூட நடந்தது. மாஸ்கோவிலிருந்த என் சகோதரி கணவர், எங்களுக்கு உரிமையாக இருந்த சிறிதளவு சொத்தையும் (அதில் மிகச் சிறியதாக என் பங்கும் இருந்தது) நாசப்படுத்தித் தொலைத்து விட்டிருந்தார். நான் இந்தப் பரந்த உலகில் ஒரு 'பென்னி'க்குக்கூட வழியில்லாதவனாக ஆகிப்போனேன். இராணுவமல்லாத வேறு ஏதாவது ஒரு அரசுப் பணியை நான் தேடிக்கொண்டிருந்திருக்கலாம். ஆனால், நான் அப்படிச் செய்யவில்லை.

மிக மிக மிடுக்கான ஒரு சீருடையில் இருந்துவிட்டு இரயில்வே அதிகாரியைப் போல சாதாரணமான ஒரு வேலையைச் செய்ய எனக்கு உடன்பாடில்லை. சரி... எவ்வளவு மோசமான அவமான மாக இருந்தாலும், தலைகுனிவு ஏற்பட்டாலும், அது அப்படியே இருந்துவிட்டுப்போகட்டும்! அதுவே என் தேர்வாக இருந்தது.

அதற்குப் பிறகு கழிந்த மூன்று வருடங்கள் மிகக் கொடுமை யானவை. பற்றாக்குறையுடன் கழிந்தவை. வ்யாஸெம்ஸ்கியின் தெருக் கடைகளில் தொலைந்தவை.

ஒன்றரை வருடம் ஆனபிறகு, எனக்கு முன்பு ஞானமுழுக்குச் செய்திருந்த ஞானத்தாயான பணக்கார மூதாட்டி ஒருவர் மாஸ்கோவில் காலமானார். அவர் எழுதி வைத்திருந்த சாசனங் களோடு சற்றும் எதிர்பாராத விதமாக எனக்கென்று மூவாயிரம் ரூபிள்களைத் தன் உயிலில் குறிப்பிட்டுவிட்டுப் போயிருந்தார். அப் பொழுதே நான் நன்றாக யோசித்துப் பார்த்துத் தொடர்ந்து செய்ய வேண்டியது என்ன என்பதை முடிவு செய்துவிட்டேன். அடகுத் தொழிலில் ஈடுபடுவதென்றும், எந்த உதவியையும் சலுகையையும் எவரிடமிருந்தும் எதிர்பார்க்கலாகாது என்றும் தீர்மானித்தேன்.

முதலில் எனக்குப் பணம் வேண்டும். சொந்தமாக ஒரு வீடு வேண்டும். பழைய நினைவுகளை விட்டு வெகுதூரம் தள்ளிச் சென்றபடி ஒரு புதிய வாழ்க்கையை அமைத்துக்கொண்டு விட வேண்டும்! அதுவே என் திட்டம்!

ஆனாலும்... என் இறந்த காலத்தின் கரியநிழல், என்றென் றைக்குமாய்ப் பறிபோயிருந்த என் சுயமதிப்பு ஆகிய எல்லாம் சேர்ந்து எனக்குள் மன உளைச்சலை ஏற்படுத்திக்கொண்டே இருந்தன. ஒவ்வொரு நாளும் ஒவ்வொரு நிமிடமும் அந்த நினைவு கள் என்னைத் துரத்திக்கொண்டே இருந்தன.

இவ்வளவுக்கும் பிறகுதான் நான் திருமணம் செய்து கொண்டேன். அது எப்படி நடந்ததென்றே எனக்குத் தெரியவில்லை. ஆனால், அவளை வீட்டுக்கு அழைத்து வந்தபோது ஒரு தோழியை,

தமிழில் : எம்.ஏ. சுசீலா ● 113

எனக்கு மிகவும் தேவைப்படக் கூடிய நட்புக்குரிய ஒரு துணையை என்னோடு கூட்டிவருவதாகவே நான் நினைத்துக்கொண்டிருந்தேன். ஆனால், என் கரங்களாலேயே செதுக்கி, செம்மைசெய்து, நானே உருவாக்க வேண்டிய நட்பாக அது அமைந்துபோயிற்று!

ஒரு பதினாறு வயதுப் பெண்ணிடம், அதுவும் என்னிடம் ஏதோ ஒருவகையான காழ்ப்புணர்ச்சியைக் கொண்டபடி இருக்கும் ஒரு பெண்ணிடம் இதையெல்லாம் நான் எப்படிப் போய் விளக்க முடியும்?

அவள் துப்பாக்கியைப் பிடித்தபடி நின்றிருந்த அந்தக் கொடூர சம்பவத்தின்போது நான் நடந்துகொண்ட விதத்தை ஆதாரமாகக் காட்டி, நான் கோழையில்லை என்று நிரூபிக்க முடியுமா? அல்லது படைப்பிரிவில் இருக்கும்போது நான் கோழை என்று தவறாகக் குற்றம் சாட்டப்பட்டேன் என்று அவளுக்கு விளக்கிக்கொண்டிருக்க முடியுமா?

ஆனால், மிக மிகச் சரியான ஒரு தருணத்தில் இந்தப் பயங்கர மான நிகழ்ச்சி நடந்தேறிவிட்டது. அவளது துப்பாக்கியை நேருக்கு நேர் எதிர்கொண்டதன்மூலம் கொடுமையான என் இறந்த காலத்தின்மீது நான் பழிதீர்த்துக்கொண்டுவிட்டேன். வேறு எவருக்குமே அது தெரியாதென்றபோதும், நிச்சயம் அவளுக்கு அது தெரிந்திருக்கும். அது போதும்...! காரணம், எனக்கு முக்கியமானவள் அவள். எனக்கு எல்லாமே அவள்தான்!

எங்கள் எதிர்காலத்தைக் குறித்த ஏராளமான பல கனவுகள் என்னுள் இருந்தன. என் வாழ்க்கையைப் பொறுத்தவரை நான் நட்பாக்கிக்கொள்ள விரும்பியதும், நம்பியதும் அவள் ஒருத்தியை மட்டும்தான்! எனக்கு வேறு யாருமே தேவையில்லை!

இப்போது அவளுக்கு எல்லாம் தெரிந்துவிட்டது. என்னுடைய எதிரிகளோடு போய்ச் சேர்ந்துகொள்வதில், தான் கொஞ்சம் அவசரப்பட்டுவிட்டோம் என்பதாவது அவளுக்குப் புரிந்திருக்கும். அந்த எண்ணமே எனக்கு மகிழ்ச்சி தருவதாக இருந்தது.

இனிமேல், அவள் பார்வையில் நான் அயோக்கியன் இல்லை. ஒருகால் வினோதமானவனாக இருக்கலாம். அப்படி அவள் நினைத் தாலும் இப்படி ஒரு சம்பவம் நடந்தபிறகு நான் அதற்காக வருத்தப் படவில்லை. சொல்லப்போனால், கற்பனாசக்தி கொண்ட ஒரு பெண்ணுக்குக் கவர்ச்சியூட்டி ஈர்க்கக்கூடிய இயல்பு கொண்டதுதான் அது!

அவளுக்கு முடிவாக ஒரு விளக்கம் தருவதை நான் வேண்டுமென்றே ஒத்திப்போட்டேன். இப்போது நடந்து முடிந்த

விஷயமே என் மன அமைதியை மீட்டுத்தரப் போதுமானதாக இருந்தது. பரபரப்பான காட்சிகள் நிறைந்த அந்தச் சம்பவம், என் கனவுகளுக்கு நிறைய தீனி போட்டது.

நான் எப்போதுமே கனவுகளில் மிதப்பவன்... அதுதான் சிக்கல்! என் கனவுகளுக்குத் தேவையான அளவு இரை சிக்கிவிட்டதில் நான் மிகவும் திருப்தியாக இருந்தேன். அவளுக்கு இப்போது விளக்கம் தர வேண்டிய அவசியமில்லையென்றும் கொஞ்சம் பொறுத்துப் பார்த்துக்கொள்ளலாம் என்றும் தள்ளிப்போட்டேன். அதனால் அந்தக் குளிர்காலம் முழுவதும் ஏதோ ஒரு எதிர்பார்ப்புடனேயே கழிந்தது. அவள் தன் சிறிய மேசையருகே அமர்ந்திருக்கும்போது நான் அவ்வப்போது அவளைத் திருட்டுத்தனமாகப் பார்ப்பேன். அவள் பார்வை என்மீது படுகிறதா என்பதைக் கவனிப்பேன். அவள், தனது வேலையில், தையலில் மும்முரமாக இருப்பாள். மாலை நேரத்தில் என் புத்தக அலமாரியிலிருந்து ஏதாவது ஒரு புத்தகத்தை எடுத்துப் படித்துக் கொண்டிருப்போம். அந்த அலமாரியில் நான் தேர்ந்தெடுத்து வாங்கி வைத்திருந்த புத்தகங்களும்கூட எனக்குச் சாதகமாக, என்னைப் பற்றி அவளுக்குப் புரிய வைக்கக் கூடியவை யாகவே இருந்தன.

அவள் வெளியே செல்வது மிகவும் குறைவு! தினந்தோறும் சாப்பாடு முடிந்த பின், இருட்டு வருவதற்கு முன்பாக அவளை அழைத்துக்கொண்டு காலார உலாவச் செல்வேன். அவ்வாறு செல்லும்போது நாங்கள் முன்னைப்போல ஒரேயடியாக மௌன மாக இருப்பதில்லை. நாங்கள் அப்படி மௌனமாக இல்லை என்று காட்டிக்கொள்வதற்காகவே, வேண்டுமென்றே நான் சகஜமாகப் பேசுவேன். என்னால் முடிந்த வரை, மிகவும் இயல்பாக இருப்பது போலக் காட்டிக்கொள்வதற்காக வேண்டுமென்றே நடிக்கக்கூடச் செய்தேன். ஆனால், நான் முதலில் குறிப்பிட்டதைப்போல எங்கள் உரையாடல்கள் மிகவும் நீண்டுபோய்விடாதபடி நாங்கள் இருவருமே பார்த்துக்கொண்டோம். நான் ஒரு உள்நோக்கத்துடனேயே அப்படிச் செய்தேன். அவளைப் பொறுத்தவரை 'அவளுக்கு இன்னும் சற்றுக் கூடுதல் நேரம் தேவைப்படலாம்' என்று நான் நினைத்துக் கொண்டேன்.

நான் இரகசியமாக அவளை அவ்வப்போது பார்த்துக்கொண் டிருந்தாலும், அந்தக் குளிர்கால மாதங்கள் முழுவதும் அவள் என்னை ஏறெடுத்துக்கூடப் பார்க்கவில்லை. பனிக்காலம் முடிவடை யும் தருணத்தில்தான் திடீரென்று எனக்கு அது உறைத்தது. அவளுக்கு அவமானமாக, கூச்சமாக இருக்கும் போலிருக்கிறது என்று நான் அதை இலேசாக எடுத்துக்கொண்டேன்.

தமிழில் : எம்.ஏ. சுசீலா

வெளித்தோற்றத்தில், அவள் மிக மிக மென்மையானவளாகத் தெரிந்தாள். அவளுக்கு வந்த நோயில் சோர்ந்தும் களைத்தும் போயிருந்தாள். அவளைத் தொந்தரவு செய்யாமல் காத்திருப்பதே நல்லது என்று நான் நினைத்துக்கொண்டேன். திடீரென்று தானாகவே... தன் சொந்த விருப்பத்தோடு அவள் என்னிடம் வரக் கூடும் என்று நான் எதிர்பார்த்துக்கொண்டிருந்தேன். அந்த எண்ணம் எனக்கு உற்சாகமளித்தது.

இன்னொன்றையும் இங்கே சேர்த்துக்கொள்ள வேண்டும்.

சில சமயங்களில் வேடிக்கையான எண்ணம் ஒன்று எனக்குள் மூளுவதுண்டு. அவளோடு நடத்தும் இந்தப் போராட்டத்தில் மன ரீதியாகவும் உணர்வுபூர்வமாகவும் நான் வெற்றியடைந்துவிடக்கூடும் என்பதுதான் அது! சில நாட்கள் அப்படியும் தோன்றுவதுண்டு! ஆனால், அவள்மீதான வெறுப்பு முதிர்ந்து கனியவும் இல்லை. என் நெஞ்சின் ஆழம்வரை அது வேரோடிச் செல்ல நான் அனுமதிக்க வும் இல்லை. அவளோடு ஏதோ ஒரு கண்ணாமூச்சி ஆட்டம் நடத்திக்கொண்டிருக்கிறேன் என்றுதான் எனக்குத் தோன்றும். அவளுக்கென்று தனிப்படுக்கையையும் திரையையும் வாங்கித் தந்து எங்கள் திருமண உறவை ஒரு முடிவுக்குக் கொண்டு வந்திருந்தாலும் அவளைக் கணநேரம்கூட ஒரு குற்றவாளியாக நான் எண்ணிப் பார்க்கவில்லை. அதற்காக, அவள் செய்ய இருந்த குற்றத்தைப் பொருட்படுத்தாமல் இலேசாக எடுத்துக்கொண்டேன் என்றும் அர்த்தமில்லை. அவள் அந்தக் காரியத்தைச் செய்ய முற்பட்டதை, படுக்கை வாங்குவதற்கு முன்பே, நான் முழுமையாக மன்னித் திருந்தேன். அவ்வளவுதான்!

ஒழுக்க நெறிகளைப் பொறுத்தவரை நான் மிகவும் கெடுபிடி யானவன் என்பதால், நான் இப்பொழுது சொல்லிக்கொண்டிருப்ப தெல்லாம் உங்களுக்கு வித்தியாசமாகக்கூடத் தோன்றலாம்.

என் பார்வையில் அவள் பயங்கரமான இழிநிலைக்கும் அவமானத்துக்கும் ஆளாகிப்போனவளாகவும், நொறுங்கிப் போனவளாகவும் தெரிந்தாள். சில நேரங்களில், அவள் அப்படி இருப்பதற்காக நான் வருத்தப்படவும் செய்தேன். இன்னொரு பக்கம் சொல்லப்போனால் அந்த நேரத்தில் அவள் அனுபவித்துக் கொண்டி ருந்த அந்த அவமானம், எனக்கு மிக மிகத் திருப்தியாக, மகிழ்ச்சியாகக் கூட இருந்தது என்பதும் உண்மை. இப்போது நாங்கள் சரிநிகர் சமமாக இல்லை என்ற எண்ணமே எனக்கு மகிழ்ச்சியை அளித்துக் கொண்டிருந்தது.

அந்தப் பனிக்காலத்தின்போது மெய்யான இரக்கத்தோடு கூடிய ஒருசில செயல்களையும் நான் செய்தேன். என்னிடம் கடன்

பெற்றிருந்தவர்களில் இரண்டு பேருடையதை ரத்து செய்தேன். அடகுக்கான பிணைப் பொருளைப் பெற்றுக்கொள்ளாமலே ஒரு ஏழைப் பெண்ணுக்குக் கடன் கொடுத்தேன். ஆனால், அதைப் பற்றி என் மனைவியிடம் ஒரு வார்த்தைகூடச் சொல்லவில்லை. அவள் அதையெல்லாம் தெரிந்துகொள்ள வேண்டும் என்பதற்காகவும் நான் அதைச் செய்யவில்லை. ஆனால், என்னை நேரில் சந்தித்து நன்றி சொல்வதற்காக அந்தப் பெண் என்னைத் தேடிவந்து, மண்டியிட்டு வணங்கியபோது அது எல்லோருக்கும் தெரிந்த விஷயமாகிவிட்டது. அந்தப் பெண்ணுக்கு நான் செய்த உதவியைக் கண்டு அவள் சந்தோஷப்படுவாள் என்று நான் நினைத்துக்கொண்டேன்.

வசந்த காலம் நெருங்கிக்கொண்டிருந்தது. ஏப்ரல் மாதத்தின் நடுப்பகுதி. வீட்டு ஜன்னல்கள் இரண்டையும் நாங்கள் விரியத் திறந்து வைத்தோம். சூரியனின் பிரகாசமான ஒளிக் கற்றைகள் எங்கள் அறைகளில் வந்து படர்ந்தன. ஆனால்... நான் வைத்திருந்த சில அளவுகோல்கள் இப்போதும்கூட என் கண்களை மறைத்தபடி அறிவைக் குருடாக்கிக்கொண்டிருந்தன. ஐயோ... கொடுமையான, பயங்கரமான அளவுகோல்கள் அவை! ஆனால், அந்த எல்லா அளவுகோல்களுமே திடீரென்று ஒரு நாள் என் கண்ணுக்கு முன் பாகவே சரிந்து விழுந்தன! அதை நானே புரிந்துகொள்ளவும் செய்தேன்! இவையெல்லாம் எப்படி நிகழ்ந்தன? இது... ஒரு தற்செயலா... அல்லது கடைசி கடைசியாக அதற்குரிய நேரம் வந்து விட்டதா? என் சிந்தனையில் ஒளிக்கீற்றாக உதயமான ஒரு எண்ணத்தின் தூண்டுதலா... அல்லது மந்தித்துக் கிடந்த என் மூளை யில் ஏற்பட்ட ஒரு அனுமானமா? இல்லை, அது அப்படிப்பட்ட எண்ணமோ, அனுமானமோ இல்லை!

வெகுகாலமாக மீட்டப்படாமலே இருந்த ஒரு நரம்பு இப் பொழுது திடீரென்று உயிர்பெற்று ஒலிக்கத் தொடங்கியிருக்கிறது. அவ்வளவுதான்! என் இருண்ட இதயத்தை ஒளிமயமாக்கி, என்னுள் குடிகொண்டிருந்த கொடூரமான அகங்காரத்தை எனக்கே உணர்த்தி யது அதுதான்! நான் துள்ளிக் குதித்தேன். நம்ப முடியாத ஒரு வேகத்தோடு எல்லாமே நடந்து முடிந்தது. எங்கள் உணவுக்குப் பிறகு, மாலை ஐந்து மணியைப்போல அது நடந்தது!

அத்தியாயம் – 2

அளவுகோல்களின் வீழ்ச்சி

நான் தொடர்ந்து பேசுவதற்கு முன் இரண்டு வார்த்தைகள்...!

ஒரு மாதத்துக்கு முன்பே ஏதோ ஒரு வினோதமான கவலையில் அவள் ஆழ்ந்துகிடப்பதை நான் பார்த்திருந்தேன். அவள் மௌனமாக மட்டும் இல்லை, ஏதோ ஒரு வருத்தமும் அவளிடம் இருந்தது என்பது திடீரென்றுதான் எனக்கு உணர்வாகியது. அப்படிப்பட்ட நேரங்களில், அவள் தலையைக் குனிந்துகொண்டு தையல் வேலையில் ஈடுபட்டிருப்பாள்; நான் அவளைப் பார்த்துக் கொண்டிருப்பதை அவள் கவனிக்கவே மாட்டாள்.

அவள் மிகவும் மெலிந்து போய் பலவீனமாய் இருப்பதும், முகம் வெளுத்துப் போய் உதடுகளெல்லாம் வெளிறி இருப்பதும் எனக்கு திடீரென்று உறைத்தது. அதோடு அவளுடைய கவலை யான முகபாவனைகளும் சேர்ந்துகொண்டது எனக்கு அதிர்ச்சி ஊட்டியது. இரவு நேரங்களில் அவளுக்கு இலேசான வறட்டு இருமல் இருந்தது என்பது எனக்குத் தெரியும். நான் அவளிடம் எதுவும் சொல்லாமல் உடனடியாக டாக்டர் ஷ்ரோடரைப் பார்க்கச் சென்றேன். ஷ்ரோடர் மறுநாளே வந்துவிட்டார். அவரது வருகை அவளுக்கு ஆச்சரியமாக இருந்தது. என்னையும் ஷ்ரோடரையும் அவள் கண்கள் மாறிமாறிப் பார்த்துக்கொண்டிருந்தன.

“நான்... நன்றாகத்தானே இருக்கிறேன்...” என்றாள் வறட்சியான ஒரு புன்னகையோடு...! அதில் வெறுமையும் கலந்திருந்தது.

டாக்டர் ஷ்ரோடர் ஒன்றும் அவளை அப்படி கவனமாகப் பரிசோதிக்கவே இல்லை. (இந்த மருத்துவர்கள்தான் சில சமயம் எப்படி மேம்போக்காகச் செயல்பட்டுவிடுகிறார்கள்.) பிறகு பக்கத்தி லுள்ள அறைக்கு என்னைக் கூட்டிச் சென்றார். அவளைப் பாதித் திருப்பது முன்னர் ஏற்பட்ட நோயின் பின்விளைவுகள் மட்டுமே என்றார் அவர். வசந்த காலம் வந்த பிறகு ஏதாவது ஒரு கடற்கரைப் பகுதிக்கு அவளை அழைத்துச் சென்றால் நல்லதென்றும், ஒருவேளை அது முடியாமல் போய்விட்டால் கோடைக் காலத்தில் ஒரு கிராமப் பகுதிக்குப் போய் வீடெடுத்துத் தங்கலாம் என்றார். அவள் பலவீன மாக இருக்கிறாள் என்பதைத் தவிர அவர் வேறெதையும் சொல்ல வில்லை. டாக்டர் ஷ்ரோடர் கிளம்பிப்போன பிறகு என்னைப் பார்த்துக்கொண்டே,

“எனக்கு உண்மையிலேயே எந்த நோயும் இல்லை... நான் நன்றாகத்தான் இருக்கிறேன்” என்று திடீரென்று சொன்னாள்.

ஆனால்... இப்படிச் சொன்னபோது அவள் முகம் சட்டென்று சிவந்துபோயிற்று. அதற்குக் காரணம்... ஒருவகையான கூச்சம்... ஆமாம்.. நிச்சயமாக... கூச்சம்தான் காரணம்! இப்போது அதை என்னால் நன்றாகப் புரிந்துகொள்ள முடிகிறது.

இன்னும்கூட, இப்படியெல்லாம் நடந்ததற்குப் பிறகும்கூட, நான் அவளது கணவனாகவே நடந்துகொண்டு, ஒரு நல்ல கணவனைப் போலவே அவளது உடல்நலத்தில் அக்கறை எடுத்துக் கொள்வதைப் பார்த்தபோது அவள் அவமானத்தால் கூசிப் போயிருக்க வேண்டும். ஆனால்... அப்போது அதை நான் உணர்ந்திருக்கவில்லை. ஏதோ ஒரு தன்னடக்கத்தால் அவள் அப்படிச் சொல்லுவதாகவே நான் நினைத்தேன் (ஐயோ! நாம் வைத்திருக்கும் இந்த அளவுகோல் கள்தான் எப்படி எப்படியெல்லாம் இருக்கின்றன...?)

இது நடந்து ஒரு மாதத்திற்குப் பிறகு ஒரு நாள் மாலை ஐந்து மணிக்கு ஏப்ரல் மாதத்தின் வெளிச்சமான ஒரு நாளில், அடகுக் கடையில் உட்கார்ந்து ஏதோ கணக்குப் பார்த்துக்கொண்டிருந்தேன். எங்கள் உள்ளறை மேசை அருகே அமர்ந்தபடி ஏதோ வேலை செய்துகொண்டிருந்த அவள், மென்மையான, மிக மிக மெல்லிய தான ஒரு குரலில் திடீரென்று பாடத் தொடங்கினாள். அது எனக்குக் கேட்டது. மிகப் புதிதான இந்தத் திருப்பம் உணர்வெழுச்சி யோடு கூடிய ஒரு பாதிப்பை என்னுள் கிளர்த்தியது. இன்றுவரை... அதைப்பற்றி விவரித்துப் பேச என்னால் முடியவில்லை.

இத்தனை நாட்களாக, அவள் பாடி நான் கேட்டதே இல்லை. எங்களுக்குத் திருமணமான புதிதில், நாங்கள் ஒன்றாகச் சேர்ந்து என் துப்பாக்கியால் இலக்கைக் குறிவைக்கும் பயிற்சியில் சில நாட்கள் ஈடுபட்டிருந்தோம். அந்த உல்லாசமான காலகட்டத்தில் எப்போ தாவது அவள் பாடி நான் கேட்டதுண்டு. அதற்குப் பிறகு அவள் பாடலை நான் கேட்டதே இல்லை. அப்போதும்கூட அவள் குரல், உரத்த தொனியில் தெளிவாகப் புரியும்படி இருக்காது. ஆனாலும்கூட அது இனிமையாகவும், கமறல், உடைசல் அற்றதாகவும் இருக்கும்! ஆனால், இப்பொழுதோ மிக மிக பலவீனமான குரலில் ஒரு பாடல்...! அவள் பாடிய அந்தப் பாடல், ஒப்பாரி மாதிரியான ஏதோ ஒரு சோகப்புலம்பல் என்று நான் சொல்லமாட்டேன்! (அது காதல்பாட்டுத்தான்) ஆனால், அவளது குரல் உடைந்துபோயிருந்தது. அதைப் பாடும் சக்தி அவள் குரலுக்கு இல்லாதது போலிருந்தது. அந்தப் பாடலேகூட நோயுற்றிருப்பதாகப் பட்டது! அவள் கீழ் ஸ்தாயியில்தான் பாடிக்கொண்டிருந்தாள்! திடீரென்று உச்ச ஸ்தாயிக்குப் போனதும் அவள் குரல் உடைந்தது!

அத்தனை மெல்லிதான... ஈனமான ஒரு குரல்...! பாடும்போது அது மிக மோசமாக உடைந்துபோயிற்று. அவள் தன் தொண்டையைக் கனைத்துக்கொண்டு வேறொரு பாடலை மறுபடி பாடினாள். காதிலேயே விழாதபடி அவ்வளவு மென்மையாக அதைப் பாடினாள்.

என் பதற்றத்தைப் பார்த்து ஒருவேளை நீங்கள் சிரிக்கலாம்...! ஆனால், அதற்கான காரணத்தை யாராலுமே புரிந்துகொள்ள முடியாது! இல்லை, அவளுக்காக நான் வருத்தப்பட்டது அதன் காரணமில்லை...! இல்லை... அப்படி இல்லவே இல்லை! அது முற்றிலும் வித்தியாசமான வேறொன்று!

தொடக்கத்தில்... முதல் ஐந்து நிமிடம் நான் சட்டென்று திகைத்துத்தான் போயிருந்தேன். எனக்கு பயங்கரமான ஆச்சரியம் ஏற்பட்டிருந்தது. அந்த வியப்புக்கான காரணம்... கொஞ்சம் கொடுமையும் வினோதமும் சேர்ந்தது...! துன்பகரமான, கிட்டத்தட்ட குற்றம் சாட்டிப் பழிசுமத்தும் தொனி கொண்டது.

'இது என்ன? நான் வீட்டிலிருக்கும்போது இப்படி அவள் பாடிக்கொண்டிருக்கிறாளே? நான் ஒருவன் வீட்டில் இருப்பதை அவள் என்ன மறந்துவிட்டாளா? இதுதான் எனக்கு ஏற்பட்டிருந்த வியப்பு!'

பிரமை பிடித்தவனைப் போல இருந்த இடத்திலிருந்து நகராமல் சற்றுநேரம் அப்படியே உட்கார்ந்திருந்தேன். பிறகு சட்டென்று என் தொப்பியை எடுத்துக்கொண்டு வெளியே கிளம்பி விட்டேன். எனக்கு ஏற்பட்டிருந்த திடீரென்ற மன எழுச்சியே அப்படிச் செய்ய என்னைத் தூண்டியது. மற்றபடி... நான் எங்கே செல்கிறேன், எதற்காகச் செல்கிறேன் என்பதெல்லாம் எனக்குக் கொஞ்சம்கூடத் தெரிந்திருக்கவில்லை. நான் கோட்டை அணிந்து கொள்வதற்கு லூகேர்யா உதவி செய்தாள். அப்போது,

"அவள் பாடுகிறாள் போலிருக்கிறதே...?" என்று என்னையும் அறியாமல் லூகேர்யாவிடம் கேட்டுவிட்டேன். நான் பேசுவது என்னவென்றே லூகேர்யாவுக்கு விளங்கவில்லை. அவள் என்னைக் குழப்பத்தோடு வெறித்தாள். நானும்கூட அப்போது குழப்பமான மனநிலையில்தான் இருந்தேன்.

"அவள் முதல்முறையாகப் பாடுகிறாளா?" என்றேன்.

"இல்லை சார்...! நீங்கள் வெளியே போகும் நேரங்களில் எப்போதாவது அவள் பாடுவதுண்டு" என்றாள் அவள்.

அவை எல்லாமே எனக்கு நினைவில் இருக்கின்றன.

நான் வீட்டுப் படிகளில் இறங்கித் தெருவுக்குச் சென்றேன். மனம் போனபடி நடந்தேன். தெருத்திருப்பம் வரை சென்றபிறகு, என்னைக் கடந்து போகிறவர்களையெல்லாம் இலக்கில்லாமல் வெறித்துப் பார்த்துக்கொண்டிருந்தேன். பலதரப்பட்ட மக்களும் என்னைத் தாண்டிச் சென்றார்கள். சிலர் என்மீது மோதிக்கொண்டார்கள். எதுவுமே என் பிரக்ஞையில் உறைக்கவில்லை. வாடகைக்கார் ஒன்றை எடுத்துக்கொண்டு போலீஸ் பாலத்துக்கு அருகே என்னை அழைத்துச் செல்லும்படி சொன்னேன். அவ்வாறான எண்ணம் எனக்கு ஏன் தோன்றியதென்பது தெரியவில்லை. பிறகு... சடாரென்று மனதை மாற்றிக்கொண்டு அவனுக்கு இருபது கொபெக் நாணயம் ஒன்றைக் கொடுத்தேன்.

"உங்களை சிரமப்படுத்திவிட்டதற்கு மன்னித்துக்கொள்ளுங்கள்" என்று அவனைப் பார்த்து முட்டாள்தனமாகச் சிரித்துக்கொண்டே அனுப்பி வைத்தேன்! ஆனால், என் இதயத்தில் ஏனோ ஒரு இனம் புரியாத பரவசம் திடீரென்று பரவிப் படர்ந்தது.

எவ்வளவு வேகமாகப் போக முடியுமோ அத்தனை விரைவாகக் காலடிகளை எடுத்து வைத்து நடந்தபடி வீட்டுக்குத் திரும்பிச் சென்றேன். பாவப்பட்ட அந்த உடைந்த குரலில் ஒலித்த சங்கீதம், அது... மறுபடியும் என் இதயத்தில் ஒலிக்கத் தொடங்கியிருந்தது! என்னால் மூச்சுவிடக்கூட முடியவில்லை! நான் போட்டு வைத்திருந்த கணக்குகள்... என் அளவுகோல்கள்... இவையெல்லாம் என் கண்ணுக்கு நேரே சரிந்துகொண்டிருந்தன. நான் வீட்டிலிருக்கும் போதே அவள் பாடத் தொடங்கிவிட்டாளென்றால்... என்னைப் பற்றிய பிறவற்றையெல்லாம் அவள் மறந்துவிட்டாள் என்பதல்லவா பொருள்...? அது... வெளிப்படையாக... துல்லியமாகப் புரிந்துவிட்டது. என் இதயம் அதை உணர்ந்துகொண்டிருந்த அதே நேரத்தில், என் ஆத்மா, பரவசத்தில் நிறைந்து ததும்பிக்கொண்டிருந்தது. நான் கொண்டிருந்த பயத்தை அது ஒன்றுமில்லாமல் ஆக்கிவிட்டது.

ஐயோ...! எல்லாமே விதியின் முரணான விளையாட்டு மட்டும்தான்...!

அந்தக் குளிர்காலம் முழுவதுமே, இப்படிப்பட்ட பரவச உணர்வு மட்டும்தான் என் ஆத்மாவில் நிரம்பிக்கிடந்திருக்க வேண்டும். அதைத் தவிர வேறு என்னதான் இருந்திருக்க முடியும்? ஆனால்... நான்... அந்தப் பனிக்காலத்தில் என்ன செய்துகொண்டிருந்தேன்? என் ஆத்மாவுடனா நான் உறவாடிக்கொண்டிருந்தேன்?

தமிழில் : எம்.ஏ. சுசீலா

வீட்டுப்படிகளில் வேகமாக ஏறி உள்ளே நுழைந்தேன். ஆனால்! அப்படியெல்லாம் நான் செய்துகொண்டிருந்ததுகூட என் உணர்வில் இருந்ததா என்பது தெரியவில்லை. பூமியே ஊசலாட்டத்தில் இருப்பதைப் போலவும்... ஒரு நதியில் நான் நீந்திக் கொண்டிருப்பதைப் போலவும் மட்டுமே நான் உணர்ந்தேன். அப்படி உணர்ந்தது மட்டுமே எனக்கு நினைவிருக்கிறது. அவள், தன் வழக்கமான இடத்தில் உட்கார்ந்து, தலைகுனிந்தபடி தையல் வேலை செய்துகொண்டிருந்தாள். ஆனால், அவள் அப்போது பாடவில்லை. என்னை மிக இயல்பாக ஏறெடுத்துப் பார்த்தாள். அதைப் பார்வை என்று சொல்வதுகூட சரியில்லைதான்! யாராவது ஒருவர் அறைக்குள் நுழையும்போது நாம் தற்செயலாக ஆழ்ந்த கவனமில்லாமல் பார்ப்போமே, அதைப் போன்றதுதான் அந்தப் பார்வையும்!

நான் நேராக அவளருகே சென்று நெருக்கமாக மிக நெருக்கமாக அமர்ந்தேன். என்னைப் பார்த்து மிரண்டது போல அவளது பார்வை இருந்தது. அவள் கையை எடுத்து என் கரங்களுக்குள் புதைத்துக்கொண்டபடி நான் அவளுடன் பேசினேன். அப்போது அவளிடம் நான் என்ன சொன்னேன் என்பதோ... என்ன சொல்ல நினைத்தேன் என்பதோ எனக்கு நினைவில்லை. காரணம்... அப்போது என்னால் ஒழுங்காகப் பேசக்கூட முடியவில்லை. என் குரல் கம்மிப்போயிருந்தது. என்னோடு ஒத்துழைக்க மறுத்தது. என்ன சொல்வதென்றே தெரியாமல்... மூச்சு வாங்கிக்கொண்டிருந்தேன் நான்.

"இங்கே பாரேன்...! நாம் கொஞ்சம் பேசிக்கொண்டிருக்கலாம்... நீதான் ஏதாவது சொல்லேன்" என்று திக்கித் திக்கி அசட்டுத்தனமாக என்னவெல்லாமோ உளறிக்கொண்டிருந்தேன். அப்போது போய் உருப்படியாக ஏதாவது பேசுவதைப் பற்றி என்னால் நினைத்தாவது பார்க்க முடியுமா என்ன?

அவள் ஏதோ பேச ஆரம்பித்தாள். என் முகத்தைப் பார்த்த உடனே பயத்தோடு என்னிடமிருந்து விலகி ஒதுங்கிக்கொண்டாள். அதற்கு அடுத்த கணமே கடுமை கலந்த வியப்பான ஒரு பார்வை, அவள் கண்களில் குடியேறிவிட்டது. வியப்பும் கடுமையும் கலந்த பார்வை அது...! கண்களை அகலமாக விரித்துக்கொண்டு அவள் என்னைப் பார்த்தாள். அந்தக் கடுமை, ஆச்சரியத்தோடு கூடிய அந்தக் கடுமை, எனக்கு பலமான ஒரு அடியைத் தருவதற்கு அவள் முனைகிறாள் என்பதை உணர்த்தியது.

'ஓ... அப்படியென்றால்... என் அன்பையும் காதலையும் இன்னும்கூட நீங்கள் வேண்டுகிறீர்களா' என்று அந்தப் பார்வை

என்னைப் பார்த்துக் கேட்பதைப் போலிருந்தது. வாயைத் திறந்து ஒரு வார்த்தைகூட அவள் பேசவில்லையென்றாலும் நான் அதைப் படித்துவிட்டேன். எல்லாவற்றையுமே படித்துவிட்டேன்!

என் உலகம் நொறுங்கிச் சிதறிக்கொண்டிருக்கும் சத்தம் காதுக்குள் கேட்க... அவள் காலடியில் சுருண்டு விழுந்தேன். நான்! ஆமாம்... உண்மையாகவே அவளது காலடிகளில் கிடந்தேன் நான்! அவள் அங்கிருந்து விரைவாகத் துள்ளி எழுந்தாள். நானோ அவளது கையைப் பிடித்து இழுத்து என் சக்தி முழுவதையும் பயன்படுத்தியபடி அவளைத் தடுத்து நிறுத்த முயன்றேன்.

நான் இருந்த அவலமான நிலை, எனக்கு முழுமையாகப் புரிந்திருந்தது. ஐயோ... எனக்கு அது நன்றாகவே தெரிந்திருந்தது. ஆனால், என் இதயத்தில் எரிந்துகொண்டிருந்த உணர்ச்சியின் வீச்சு... மிக மிக வீரியம் வாய்ந்ததாக இருந்தது. நான் இறந்து விடுவேனோ என்றுகூட பயந்தேன்.

அவளது பாதங்களில் தொடர்ந்து முத்தமிட்டுக்கொண்டே இருந்தேன். என் ஆனந்தப் பரவசத்தை... உணர்ச்சிப் பெருக்கை... அவளிடம் வெளிப்படுத்தும் வகையில் அப்படி முத்தமிட்டேன்... ஆம்! என் மகிழ்ச்சியை... எல்லையற்ற மகிழ்ச்சியை... முடிவே இல்லாத மகிழ்ச்சியை அவள் உணர்ந்துகொள்ள! என் துன்பங்கள் தீரக்கூடும் என்ற நம்பிக்கைக்கு இடமே இல்லை என்பதை முழுமை யாக உணர்ந்திருந்தபோதும் நான் அப்படிச் செய்தேன்! கரைந்து கண்ணீர் மல்கினேன்! ஏதேதோ பேசத் தவித்தேன். ஆனால், என்னால் அது கூடவில்லை! அவள் கொண்டிருந்த வியப்பும் அச்சமும்... மிக மிகக் கவலை கொள்ளத்தக்கதாகவும் அவசரமான முறையில் கையாள வேண்டியதாகவும் எனக்குத் தோன்ற ஆரம் பித்தது. அப்போதும்கூட என்னை வினோதமாகவும், சிறிது ஆவேசமாகவும் பார்த்துக்கொண்டிருந்தாள் அவள். கணநேரத் தாமதம்கூட இல்லாமல் என்னிடமிருந்து ஏதோ ஒன்றைப் புரிந்து கொள்ள விரும்பினாள் அவள். அதோடு கூடவே புன்னகையும் செய்தாள். அவளது கால்பாதங்களில் நான் முத்தமிட்டதைக் கண்டு கூச்சம் கொண்டிருந்த அவள், என்னிடமிருந்து அவற்றை நகர்த்தி வைத்துக்கொண்டாள். நானோ அவள் பாதம் பதிந்திருந்த நிலத்தில் முத்தமிட்டேன். அதைப் பார்த்த அவள்... கொஞ்சம் தர்மசங்கடத் தோடு சிரித்தாள். (தர்மசங்கடமான சிரிப்பு எப்படி இருக்கும் என்பது உங்களுக்கெல்லாம் தெரிந்ததுதானே?)

அவள் மனநோய்க்கு ஆளானவளைப் போலத் தெரிந்தாள். அவள் அப்படி ஆவதை நான் பார்த்துக்கொண்டுதான் இருந்தேன்.

தமிழில் : எம்.ஏ. சுசீலா

அவளது கரங்கள் நடுங்கியபடி இருந்தன. ஆனாலும், நான் அதை யெல்லாம் கருத்தில் இருத்திக்கொள்ளாமல் அவளைக் காதலிப்ப தாக மட்டுமே தொடர்ந்து முணுமுணுத்துக்கொண்டிருந்தேன். அவளது காலடியிலிருந்து எழுந்துகொள்ள மறுத்தேன்.

"உன் ஆடையையாவது முத்தமிடுகிறேன். அதற்குக்கூட என்னை அனுமதிக்க மாட்டாயா? காலமெல்லாம் உன்னை வழிபடு வதற்கு ஆசைப்படுகிறேன். அதை ஏற்றுக்கொள்" என்றெல்லாம் கெஞ்சினேன். அவையெல்லாம் எப்படி நடந்ததோ... எனக்கு நினைவில்லை. ஆனால், அவள் திடீரென்று குமுறி அழுதாள். அவளது உடல் நடுங்கியது. அவளுக்கு மிகக் கடுமையான வலிப்பு ஏற்பட்டுவிட்டது. நான் அவளை மிகவும் பயமுறுத்திவிட்டிருக்க வேண்டும்.

அவளை என் கரங்களில் தூக்கியபடி படுக்கைக்கு எடுத்துச் சென்றேன். தனது நோயின் பாதிப்பு சற்றே அடங்கியதும் படுக்கை யில் எழுந்து உட்கார்ந்த அவள், துயரம் தோய்ந்த பார்வையுடன் என்னை நோக்கினாள். என் கரங்களைப் பற்றிக்கொண்டு... நான் அமைதி அடையவேண்டுமென்று மன்றாடினாள்.

"இதோ பாருங்கள்... இப்படி நீங்களே உங்களைச் சித்திரவதை செய்துகொள்ளாதீர்கள். தயவு செய்து கொஞ்சம்... கொஞ்சம் நிதானமாக அமைதியாக இருங்கள்" என்றவள், கண்ணீர் பெருக்கிய படி மீண்டும் குமுறி அழ ஆரம்பித்தாள்.

அன்று மாலை, அவளருகிலேயே உட்கார்ந்திருந்தேன். பௌலோகன் கடற்கரைக்குச் சென்று நீராடலாம் என்றும், உடனே, இரண்டு வாரங்களுக்குள்ளாகவே அவளை அழைத்துச் செல்வ தாகவும் சொன்னேன். உடைந்துபோன மென்குரலில் அவள் பாடியதை அன்று மதியம் கேட்டதாகத் தெரிவித்தேன். என் அடகுத் தொழிலைக்கூடக் கைவிட்டுவிட்டு தோப்ரோன்ராவோ என்பவரிடம் என் கடையை விற்றுவிடப்போவதாகவும், அதன்பிறகு மிகப் புதிதாக ஒரு வாழ்க்கையைத் தொடங்கலாம் என்றும் இப்படிப் பலவற்றையும் நான் அவளிடம் சொல்லிக்கொண்டே இருந்தேன்.

இவை எல்லாவற்றையும்விட மேலாக... பௌலோகன்... பௌலோகன்...!

அவள் நான் பேசுவதையெல்லாம் கேட்டுக்கொண்டிருந்தாலும் கூட, கொஞ்சம் மிரண்டுதான் போயிருந்தாள். ஆனால், அது அந்த நேரத்தில் என் மனதில் படவில்லை. என்னை வருத்தத்துக்கு ஆளாக்கவும் இல்லை. திரும்பத் திரும்ப அவள் பாதம் பதிந்த

நிலத்தில் விழுந்து முத்தமிட்டுக்கொண்டே இருக்க வேண்டுமென்ற ஆவேசமும்... அவளிடம் இறைஞ்சி மன்றாடிக்கொண்டே இருக்க வேண்டுமென்ற தவிர்க்க முடியாத உணர்ச்சி வேகமும் என்னை அப்போது ஆட்டிப்படைத்துக்கொண்டிருந்தது. கவலைக்குரிய விஷயம் அதுதான்!

"எனக்கு எதுவுமே வேண்டாம்... உன்னைத் தவிர வேறு எதுவுமே வேண்டாம்" என்று அவளிடம் கெஞ்சியபடி... நிமிடத்துக்கு நிமிடம் அதையே திரும்பத் திரும்பச் சொல்லியபடி இருந்தேன்.

"இதோ பார்...! நீ எனக்கு எந்தப் பதிலும் தர வேண்டாம்! நான் செய்வதையெல்லாம் கவனிக்கவோ... பொருட்படுத்தவோ கூடவேண்டாம்! ஏதாவது ஒரு மூலையில் இருந்தபடி உன்னை நான் பார்த்துக்கொண்டிருந்தால் போதும்...! அதற்காவது என்னை அனுமதி! என்னை உன் அடிமை ஆக்கிக்கொள்...! உன் மடியில் கிடக்கும் நாய்க்குட்டியைப் போல் என்னையும் வைத்துக்கொள்" என்று நான் கெஞ்சினேன்.

அவள் அழத் தொடங்கினாள்.

"நீங்கள் என்னைத் தனிமைப்படுத்தி ஒதுக்கி வைத்துவிடப் போகிறீர்கள் என்றுதான் நினைத்துக்கொண்டிருந்தேன்" என்று திடீரென்று சொன்னாள்.

அந்த வார்த்தைகள் அவளையும் அறியாமல் அவளிடமிருந்து பீறிட்டு வந்தன. அவள் என்ன சொல்கிறாள் என்பதை அவளே முழுமையாக அறிந்திருக்கவில்லை என்பதுதான் உண்மை! ஆனால்... அன்று மாலை அவள் சொன்ன அந்த வாக்கியம் மிகவும் முக்கியமானது! மிகமிகக் கொடுமையானது! அதை மிகத் தெளிவாகப் புரிந்துகொண்டபோது நெஞ்சில் கத்திக் குத்து வாங்கி யதைப் போலிருந்தது. அந்த வாக்கியம் எனக்கு எல்லாவற்றையும்... எல்லாவற்றையுமே உணர்த்திவிட்டது. ஆனாலும் என் அருகில் அவள் இருந்தபோது, என் கண்படும் தொலைவில் அவள் இருந்த போது நான் முழு நம்பிக்கையோடு இருந்தேன். மிக மிக மகிழ்ச்சியாக இருந்தேன்.

அன்று மாலை அவள் மிகவும் களைத்துப்போயிருந்தாள். அதற்கு நானே காரணம் என்பதை உணர்ந்திருந்தேன். ஆனாலும் கூட... ஏதாவது ஒரு கணத்தில், எல்லாமே சரியாகிவிடக்கூடும் என்றுதான் நான் நம்பிக்கொண்டிருந்தேன்.

இரவாகத் தொடங்கியது. அவள்... தன் சக்தியெல்லாம் வடிந்து போய் சோர்வோடு தென்பட்டாள். படுத்துக்கொள்ளச் சொல்லி

அவளை வற்புறுத்தினேன். படுத்த மறுகணத்திலேயே ஆழ்ந்து உறங்கிவிட்டாள் அவள். அவளுக்கு ஜன்னி வரக் கூடுமென்று நான் எதிர்பார்த்தேன். மிக இலேசான ஒரு குளிர்காய்ச்சல் மட்டுமே அவளுக்கு ஏற்பட்டது. இரவு முழுவதும், ஒவ்வொரு நிமிடமும், கால் செருப்புகள்கூட ஓசைப்படுத்தாமல் எழுந்து சென்று அவள் எப்படி இருக்கிறாள் என்று கவலையோடு பார்த்துக்கொண்டி ருந்தேன். மூன்று ரூபிள் கொடுத்து நான் வாங்கிக்கொண்டு வந்த இரும்புக் கட்டிலில் கிடந்த பாவப்பட்ட அந்த நோயாளி ஜீவனைக் கண்டு மனம் கசிந்தேன்...! என் கரங்களால் அவளைச் சுற்றி அரவணைத்தபடி இருந்தேன். அவளது காலடியில் மண்டி யிட்டேன்...! ஆனால், அவள் உறங்கும்போது (அவளது அனுமதி இல்லாமல்) அவளை முத்தமிடுவதற்கு மட்டும் எனக்குத் தயக்கமாக இருந்தது. முழந்தாளிட்டு ஜெபம் செய்ய முற்பட்ட நான், ஏனோ சட்டென்று எழுந்துவிட்டேன்...! சமையலறையை விட்டு வெளியே வந்த லூகேர்யா என்னையே பார்த்துக்கொண்டிருந்தாள். அவள் போய் அமைதியாக உறங்கலாம் என்றும், நாளைக்கு எல்லா விஷயங்களுமே முழுக்க முழுக்க வேறு மாதிரி ஆகிவிடும்: சரியாகி விடும் என்றும் சொல்லி அவளை அனுப்பி வைத்தேன். அப்படிச் சொன்னதை நானே நம்பவும் செய்தேன். குருட்டுத்தனமான, பைத்தியக்காரத்தனமான ஒரு நம்பிக்கை! அச்சமூட்டும் அளவுக்குப் பயங்கரமான நம்பிக்கை!

என் இதயம் பரவசத்தால் ததும்பிக்கொண்டிருந்தது. மறுநாளின் விடியலுக்காக நான் காத்திருந்தேன். ஏதோ ஒரு சில மோசமான அறிகுறிகள் தென்படுவதைப் போல் இருந்தாலும் மிகப் பெரிய ஆபத்தில் இருப்பதாக நான் நினைக்கவே இல்லை! நான் எடை போட்டு வைத்திருந்த விஷயங்கள், நான் வைத்திருந்த அளவு கோல்கள்... இவையெல்லாம் என் கண்ணெதிரிலேயே சரிந்துகொண்டி ருந்தாலும்கூட நான் இன்னும் சுய உணர்வுக்குத் திரும்பியிருக்க வில்லை.

வெகு நேரம்... ஆமாம்... வெகுநேரம்... ஏன்... இன்றுவரை... இப்போது வரைகூட நான் சுய உணர்வுக்குத் திரும்பவில்லைதான்!

குறிப்பிட்ட அந்த நேரத்தில்... அந்தக் கணத்தில் நான் தெளி வாகவும் சுய உணர்வோடும் இருந்திருப்பது சாத்தியமா என்ன? அவள்தான் அப்போது உயிரோடு இருந்தாளே? எனக்கு எதிரில் அவளும், அவளுக்கு எதிரே நானுமாக... ஒன்றாக இருந்தோமே?

நாளை காலை அவள் விழித்துக்கொண்ட பிறகு எல்லாவற்றை யும் அவளிடம் சொல்லிவிட வேண்டும். அப்போது அவள் நன்றாகப் புரிந்துகொள்வாள் என்று என்னுள் தொடர்ந்து சொல்லிக்

கொண்டேன். அப்படி நினைப்பது, எனக்கு எளிமையாக... குழப்பம் இல்லாததாக இருந்தது. மகிழ்ச்சிப் பரவசமூட்டுவதாக இருந்தது.

குறிப்பாக பௌலோகன் பயணம்! பௌலோகன் சென்றால் போதும்... எல்லாமே சரியாகிவிடும் என்று எப்படியோ ஒரு எண்ணம் எனக்கு ஏற்பட்டிருந்தது. பௌலோகன் மட்டும்தான் எல்லாவற்றையும் ஒரு முடிவுக்குக் கொண்டு வர முடியும் என்று நான் உறுதியாக நம்பினேன்.

மறுநாள் காலை எப்பொழுது விடியும் என்று உன்மத்தம் பிடித்தவனைப் போலக் காத்துக்கொண்டிருந்தேன் நான்...!

அத்தியாயம் – 3
நன்றாகத்தான் புரிந்துகொண்டிருந்தேன் நான்!!

சில நாட்களுக்கு முன்புதான் எல்லாமே நடந்தன! ஐந்து நாட்கள்...! ஐந்தே நாட்களுக்கு முன்புதான்! போன செவ்வாய்க் கிழமை...!

இன்னும் கொஞ்சநேரம் கிடைத்திருக்கக் கூடாதா? அவள் மட்டும் சற்றுப் பொறுத்திருந்தால், பயங்கரமான இந்தக் கருமேகத் தின் நிழலை நான் ஒரு நொடிக்குள் கலைத்துப் போட்டிருப்பேனே? அவளைப் பார்த்தபோது சாந்தமாகவும், தன்னைக் கட்டுப்படுத்திக் கொண்டபடி இயல்பாகவும்தானே தெரிந்தாள்?

மறுநாள் எல்லா உண்மைகளையும் நான் சொல்லிக் கொண்டி ருந்த போது அவள் ஒரு புன்னகையோடுதான் அதைக் கேட்டுக்கொண்டிருந்தாள். ஆனால், அந்தப் புன்னகையில் இலேசான தர்மசங்கடமும் கலந்திருந்தது. ஆமாம்... அவளிடம் மேலோங்கியிருந்த ஒரு தர்மசங்கடம்! அதைத்தான் இப்போது நான் குறிப்பிடுகிறேன்! கடந்த ஐந்து நாட்களாகவே, முழுநேரமும், அவள் ஏதோ ஒரு தர்ம சங்கடத்தோடும், அவமான உணர்ச்சியோடும் மட்டுமே இருந்தாள். பயத்தோடும் இருந்தாள். மிகுந்த பயத்தோடு இருந்தாள். அதைப் பற்றி இப்போது விவாதித்துக்கொண்டிருக்க எனக்கு விருப்பமில்லை. ஆனால்... அதை மறுப்பதும்கூட பைத்தியக்காரத்தனம்தான்! அவள் மிரண்டுதான் போயிருந்தாள்! அது இயற்கைதான்! அவளால் எப்படி பயப்படாமல் இருக்க முடியும்?

வெகு காலமாக, ஒரே வீட்டில் அந்நியர்களைப் போலல்லவா நாங்கள் இருந்தோம்? ஒருவரிடமிருந்து ஒருவர் துண்டித்துக் கொண்ட

படி இல்லையா வாழ்ந்து வந்தோம்? இப்பொழுது கொஞ்சமும் எதிர்பார்க்காத ஒரு நேரத்தில், திடீரென்று நான் இப்படியெல்லாம் செய்யத்தொடங்கினால்... அவளால் வேறு எப்படி இருக்க முடியும்?

ஆனால்... அவள் நடந்துகொண்ட முறையைப் பற்றியெல்லாம் நான் ஒன்றும் அதிகமாகக் கவலைப்படவில்லை! பிரகாசமான நட்சத்திரத்தைப் போல ஒளி விடப் போகிற ஒரு புதிய வாழ்க்கை எனக்காகக் காத்துக்கொண்டிருக்கிறது என்ற கற்பனையில் நான் மிதந்துகொண்டிருந்தேன்!

நான் தப்புக் கணக்குப் போட்டுவிட்டேன்? தவறாக நடந்து கொண்டுவிட்டேன் என்பதே நிஜம்! முழுக்க முழுக்க நிஜம்! நான்... மேலும் மேலும் பல தவறுகளைச் செய்துகொண்டே இருந்தேன்.

மறுநாள் நாங்கள் தூங்கி எழுந்ததுமே (அது ஒரு புதன்) நான் ஒரு தவறு செய்துவிட்டேன். எடுத்த எடுப்பிலேயே, உடனடியாகவே, நெருக்கமான ஒரு நண்பனிடம் நடந்துகொள்வதைப் போல நான் அவளிடம் நடந்துகொள்ளத் தொடங்கிவிட்டேன். அதில் சற்று அவசரக்காரனைப் போலத்தான் என் நடவடிக்கை இருந்தது. ஆனால், எல்லாவற்றைப் பற்றியும் அவளிடம் ஒப்புதல் வாக்குமூலம் தந்தாக வேண்டியிருந்ததாலேயே அப்படி நான் அவசரப்பட்டேன். அது... ஒரு சாதாரண ஒப்புதல் வாக்கு மூலத்தை விட மேலானது!

என் வாழ்நாள் முழுவதும், எந்த உண்மைகளையெல்லாம் என்னிடமிருந்தே மறைத்து வைத்திருந்தேனோ, அவற்றை அவளிடம் மறைத்து வைக்க எனக்கு விருப்பமில்லை.

அந்த ஆண்டின் குளிர்காலப் பொழுதுகளில் கணநேரம்கூட அவள் மீதோ, என்னிடம் அவள் கொண்டிருந்த அன்பின் மீதோ எனக்கு எந்தச் சந்தேகமும் ஏற்படவில்லை என்பதை அவளிடம் வெளிப்படையாகத் தெரிவித்தேன். என் மன உரத்தை நான் இழந்திருந்ததாலேயே அந்த அடகுக்கடையை நடத்தி வந்தேன் என்பதை அவளிடம் விளக்கமாகச் சொன்னேன். அது ஒரு வகையான புத்தி மாறாட்டம் மட்டுமே!

என்னை நானே தாழ்த்திக்கொள்ளவும், என்னை நானே விலக்கி வைத்துக்கொள்ளவும் மேற்கொண்ட தண்டனை போன்ற ஒரு முயற்சியே அது என்றேன்.

இராணுவப் பணியில் இருந்தபோது, ஒரு மாலை வேளையில், மதுக்கடையில் நடந்த அந்தச் சம்பவத்தில் ஒரு கோழையைப் போலத்தான் நான் நடந்துகொண்டேன் என்பதை அவளிடம்

ஒப்புக்கொண்டேன். அப்போது என்னால் அப்படித்தான் நடந்து கொள்ள முடிந்தது...! காரணம்... என் குண இயல்பு அதுதான்! மிகக் கூடுதலான தொட்டாற்சிணுங்கித்தனம் என்னிடம் இருந்தது. அப்போது இருந்த சூழ்நிலை என்னை மிகவும் கலவரப்படுத்தி யிருந்தது. ஒரு பொது இடமான நாடக அரங்கத்தை ஒட்டி அந்தச் சம்பவம் நடந்ததால் நான் துணிவில்லாமல் இருந்தேன்.

குதிரைப்படை அதிகாரியிடம் நேருக்கு நேராகச் செல்ல எனக்கு பயமாகத்தான் இருந்தது. அவரோடு ஒற்றை ஆளாகத் தனித்துப் போர் செய்ய வேண்டுமே என்று நான் பயப்படவில்லை! ஆனால், எனக்கு எந்த அவமானமும் ஏற்படாமல், நான் முட்டா ளாக்கப்படாமல் அதை எதிர்கொள்வது எப்படி என்ற பயமே என்னிடம் இருந்தது. ஆனால், அப்போது அதை நான் நேர்மையாக ஒத்துக்கொண்டிருக்கவில்லை.

என்னையும் வதைத்துக்கொண்டு, மற்றவர்களையும் சித்திர வதைக்கு ஆளாக்கினேன். குறிப்பாக அவளை...! அவளைத் திருமணம் செய்துகொண்டதற்கான காரணமே அவளை வதைப் பதற்குத்தான் என்பது போலத்தான் நான் நடந்துகொண்டேன்... இப்படியெல்லாம் அவளிடம் கூறியபோது ஏதோ ஜுரவேகத்தில் இருப்பதைப் போலத்தான் நான் பிதற்றிக்கொண்டிருந்தேன்.

அவள் என் கைகளை இறுகப் பற்றிக்கொண்டு, 'பேசியது போதும்' என்று கெஞ்சினாள்.

"நீங்கள் இவ்வளவு அதிகமாகப் பேசுவதால் உங்களையே வருத்திக்கொள்கிறீர்கள்... போதும்... எல்லாமே போதும்."

இவ்வாறு சொன்னவள், திடீரென்று மீண்டும் அழத்தொடங்கி னாள். மனநோயின் விளிம்புக்கு மறுபடியும் சென்று விட்டவளைப் போலத் தென்பட்டாள். "எதைப் பற்றியும் பேசாதீர்கள்... எதைப் பற்றியுமே நினைக்காதீர்கள்!" என்று மட்டுமே என்னிடம் திரும்பத் திரும்பத் சொல்லிக்கொண்டிருந்தாள் அவள்.

அப்படி அவள் கெஞ்சியதையெல்லாம் ஒரு பொருட்டாகவே எடுத்துக்கொள்ளாமல் தொடர்ந்து பேசிக்கொண்டே போனேன் நான்! வசந்த காலம்! பௌலோகான்! அங்கே எங்களுக்காகக் காத்திருக்கும் ஒரு புதிய விடியல்! இவற்றைத் தவிர என்னால் வேறு எதையுமே பேச முடியவில்லை!

அடுக்களையை இழுத்து மூடிவிட்டு தோப்ரோன்ராவோவிடம் என் தொழிலை ஒப்படைத்தேன். சட்டென்ற ஒரு மன எழுச்சியில் என்னிடமிருந்த பணம் எல்லாவற்றையுமே ஏழைகளுக்கு விநியோகம்

செய்யத் தயாராக இருப்பதாகக்கூட அவளிடம் கூறினேன். என் ஞானத்தாயிடமிருந்து எனக்குக் கிடைத்த மூவாயிரம் ரூபிள்களை மட்டும் வைத்துக்கொண்டு மீதத்தை அப்படிச் செய்துவிடலாம் என்று கணநேர உணர்வுத் தூண்டுதலில் பேசினேன். எங்கள் பௌலோகான் பயணத்துக்கு அது மட்டுமே போதும்! அங்கிருந்து திரும்பி வந்த பிறகு ஒரு புதிய வாழ்க்கையை... நேர்மையான வாழ்க்கையை நாங்கள் இருவருமாக ஆரம்பித்துக்கொள்ளலாம் என்று தீர்மானித்திருப்பதாகச் சொன்னேன். அதை எதிர்த்தோ, அதற்கு மாறாகவோ அவள் எதுவும் சொல்லவில்லை. அவள் எதுவுமே பேசாமல் புன்னகை செய்தபடி மட்டுமே இருந்தாள்.

என்னை வருத்தப்படுத்திவிடக்கூடாது என்பதற்காகச் சிரிப்பதைப் போலத்தான் அது இருந்தது. நான் அவளைப் பாடு படுத்திக்கொண்டிருப்பது எனக்கும் புரிந்திருந்தது. அதுகூடத் தெரியாத முட்டாளோ சுயநலக்காரனோ இல்லை நான்! எனக்கு எல்லாமே தெரிந்திருந்தன! எல்லா விஷயங்களையும் மிக மிக நுணுக்கமாக அறிந்து வைத்திருந்தேன் நான்! வேறு எவரையும் விட அதிகமாகவே அவற்றை நான் தெரிந்துகொண்டிருந்தேன். அவநம்பிக்கையான எண்ணங்கள் பலவும். மூடி மறைக்க முடியாத படி என் மனதுக்குள் அப்பட்டமாகப் புலப்பட்டுக்கொண்டுதான் இருந்தன.

என்னைப் பற்றியும், அவளைப் பற்றியும், லூகேர்யாவைப் பற்றியும்கூட நான் அவளிடம் மிக விரிவாகப் பேசினேன். எல்லா வற்றையுமே பேசினேன். நான் அழுது கரைந்ததைச் சொன்னேன். சில சமயம், பேச்சை வேறுபக்கம் திசைதிருப்பிக்கொண்டும் போனேன். ஒரு சில விஷயங்களை அவளுக்கு நினைவுபடுத்த நான் விரும்பவில்லை. ஓரிரண்டு தடவை அவள் மிகவும் மகிழ்ச்சி யாகக்கூடக் காணப்பட்டாள். ஆம், அது எனக்கு நினைவிருக்கிறது! மிக மிகத் தெளிவாக நினைவிருக்கிறது. அவளைத் தவிர வேறு எதுவுமே என் கண்ணுக்குப் படவில்லை என்று நினைக்காதீர்கள்! 'இது', இந்தச் சம்பவம் மட்டும் நடக்காமல் போயிருந்தால் எல்லாமே வேறு மாதிரி இருந்திருக்கும்.

முந்தாநாள்கூட கில்பிலாஸைப் பற்றி – கிரானடாவின் ஆர்ச் பிஷப் பற்றிய வேடிக்கையான அந்தக் கதையைப் பற்றி அவள் என்னிடம் சொல்லிக்கொண்டிருந்தாளே? நாங்கள் புத்தகங்களைப் பற்றி விவாதித்துக்கொண்டிருந்தபோதுதான், பனிக்காலத்தில் தான் படித்த அந்தப் புத்தகத்தைப் பற்றி அவள் பேசினாள். அப்போது தான் கில்பிலாஸிலிருந்து ஒரு காட்சியை என்னிடம் பகிர்ந்து கொண்டாள். அப்போது நன்றாகச் சிரித்தாள். ஆமாம்! அவள்

மனம் விட்டுச் சிரித்தாள்! கடவுளே! அந்தச் சிரிப்புத்தான் எவ்வளவு இனிமையாக, குழந்தைத்தனம் நிரம்பியதாக இருந்தது! எங்கள் திருமணம் உறுதியானபோது அவள் சிரித்தாளே! அந்த மாதிரிதான் அதுவும் இருந்தது! (ஆனால் ஒரே ஒரு சிறிய கணம் மட்டும்தான்... மின்வெட்டும் பொழுதுதான்) அப்போது நான் எவ்வளவு மகிழ்ச்சியாக இருந்தேன் தெரியுமா? எப்படியெல்லாம் சந்தோஷப் பட்டேன் நான்?

ஆர்ச் பிஷப்பின் கதையைப் பற்றியெல்லாம் அவள் பேசியதைக் கண்டு நான் அசந்துபோயிருந்தேன். ஒரு மிகச் சிறந்த இலக்கியப் படைப்பை அனுபவித்துப் படிக்கிற அளவுக்கு அவள் மகிழ்ச்சியோடும் மனநிறைவோடும் இருக்கிறாள் என்றால், அவள் தன் சுயஇயல்புக்கு முழுமையாகத் திரும்பிவிட்டாள் என்றுதானே பொருள்? அதிலும், அவளை நான் தனியே ஒதுக்கி வைத்து விட்டதாக அவள் நினைக்கத் தொடங்கியிருந்த அப்படி ஒரு தருணத்தில்...!

"நீங்கள் என்னைத் தனிமைப்படுத்தி ஒதுக்கி வைத்துவிடப் போகிறீர்கள் என்றுதான் நான் நினைத்தேன்." இப்படித்தானே செவ்வாய்க்கிழமையன்று அவள் சொன்னாள்? பத்து வயதுச் சிறுமியைப் போல அப்படி ஒரு எண்ணம் அவளுக்கு! எல்லாமே இப்படித்தான் தொடர்ந்துகொண்டிருக்கும் என்று அவள் நினைத் திருக்க வேண்டும்! எப்போதும் போல... அவள் தன் மேசை அருகிலும், நான் என் இடத்திலும் உட்கார்ந்தபடி, எங்களுக்கு வயதாகி மூப்படையும் வரையிலும் அந்த மாதிரியேதான் இருக்கப் போகிறோம் என்று அவள் எண்ணிவிட்டாள் போலிருக்கிறது! நான் என்னவென் றால் கணவனாக அவதாரம் எடுத்தபடி திடீரென்று அவளுக்கு முன்னால் போய் நின்றுவிட்டேன்! அதிலும் அவள் அன்பை யாசிக்கும் ஒரு கணவன்! சே...! நான்தான் எப்படி ஒரு குருடனாக இருந்திருக்கிறேன்..? விஷயங்களை எப்படியெல்லாம் தவறாகப் புரிந்துகொண்டிருக்கிறேன்.

நான் செய்த இன்னொரு தவறு... அவளை மிக மிகப் பரவசத் தோடும், உணர்ச்சி ஆவேசத்தோடும் அணுகியதுதான்! நான் என் உணர்வுகளைக் கொஞ்சம் கட்டுப்படுத்திக்கொண்டிருக்க வேண்டும். என் மிகையான நடத்தைகளெல்லாம் அவளைக் கலவரப் படுத்தவே உதவின.

நான் என்னைக் கட்டுப்படுத்திக்கொள்ளாமல் போனது ஏன்? நான் ஏன் அவள் பாதங்களில் திரும்பத் திரும்ப முத்தமிட்டுக் கொண்டிருந்தேன்? நான் அவளது கணவன் என்பதை மறக்கவோ, மறைக்கவோ கணநேரம்கூட முயலவில்லை. அப்படி ஒரு எண்ணமே என்னுள் எழவில்லை.

நான் செய்ததெல்லாம் அவளை வழிபட்டது மட்டும்தான்! ஆனால்... எதுவும் பேசாமல் சும்மாவே உட்கார்ந்திருக்க என்னால் முடியவில்லை. எதையாவது சொல்லிக்கொண்டே இருக்க வேண்டு மென்று நான் நினைத்தேன். அவளோடு பேசிக்கொண்டிருப்பது எனக்கு மகிழ்ச்சியளித்தது என்று திடீர் திடீரென்று அவளிடம் சொல்வேன். யாரோடும் ஒப்பிட முடியாத அளவுக்கு உயர்ந்தவள் அவள் என்றும், படிப்பிலும் மன முதிர்ச்சியிலும் என்னைவிட மேலானவள் அவள் என்றும் புகழ்வேன். அவள் முகம் சிவந்து கூச்சப்பட்டபடி தர்மசங்கடத்தோடு நெளிந்துகொண்டிருப்பாள். நான் மிகையாகப் புகழ்வதாக அவள் சொல்வாள்.

நான்தான் எப்படிப்பட்ட ஒரு முட்டாள்! அவளுக்கும்... அந்தக் கேவலமான பன்றிப் பயலுக்கும் இடையே நடந்த அந்த சொல் விளையாட்டை, வார்த்தைகளால் அவர்கள் நடத்திய சொற்போரை நான் கேட்டுக்கொண்டிருந்தேன் என்பதைக்கூட அவளிடம் உற்சாக மாகச் சொன்னேன் நான்! அதைச் சொல்லாமல் கட்டுப்படுத்திக் கொள்ள என்னால் முடியவில்லை. கதவுக்குப் பின்னாலிருந்து அந்த உரையாடலைக் கேட்டுக்கொண்டிருந்த போது, கொஞ்சம்கூடத் தகுதியில்லாத அந்தப் பொறுக்கிக்கு அவள் அளித்த பதில்களில் பொதிந்திருந்த வெறுப்பைக் கண்டு நான் எவ்வளவு மகிழ்ச்சி யடைந்தேன் என்பதையும் அவளிடம் விவரித்தேன். அவனுக்கு அவள் கொடுத்த பதிலடிகள் புத்திசாலித்தனமாகவும், சாதுரியமாக வும், அதே வேளையில் குழந்தையைப் போலக் கபடற்றதாகவும் இருந்தது என்றும், அது எனக்கு அளவற்ற சந்தோஷத்தைத் தந்தது என்றும் சொன்னேன். உடனே அவள் ஏதோ பேச முற்பட்டதைப் போல இருந்தது. நான் மிகையாகச் சொல்லுவதாக மீண்டும் முணுமுணுத்தாள்.

பிறகு ஏனோ திடீரென்று அவள் முகம் கறுக்கத் தொடங்கியது. தன் கைகளுக்குள் அதைப் புதைத்துக்கொண்டபடி அவள் விசும்ப ஆரம்பித்தாள். அதற்கு மேல் என்னால் பொறுத்துக் கொள்ள முடியவில்லை. முன்போல மண்டியிட்டபடி அவள் பாதங்களை முத்தமிடத் தொடங்கினேன். செவ்வாயன்று நடந்தது போலவே அதுவும் வலிப்பு நோயோடு முடிந்தது. அது நடந்தது நேற்றுமாலை!

இன்று காலை..? இன்று காலை, இப்போது சில மணி நேரத்துக்கு முன்னால்தான்... ஒருசில மணிகளுக்கு முன்புதான் அந்த விஷயம் நடந்தது! கேளுங்கள் பைத்தியக்காரர்களே... கேளுங்கள்! நன்றாகக் கேட்டுப் புரிந்துகொள்ள முயலுங்கள்!

சில மணி நேரத்துக்கு முன்பு, நேற்று இரவு நடந்து முடிந்த அந்த மனநோய் வலிப்புக்கெல்லாம் பிறகு நாங்கள் தேநீர் குடிக்க

ஒன்றாக அமர்ந்திருந்தபோது அவள் அமைதியாக இருந்ததைப் பார்த்து நான் வியந்துபோனேன். நேற்று நடந்து முடிந்திருந்த விஷயங் களுக்காக, இரவு முழுவதும் நான் பயத்தில் நடுங்கிக் கொண்டி ருந்தேன்.

திடீரென்று கூப்பிய கரங்களோடு என்னருகே வந்து பேசத் தொடங்கினாள் அவள். (சில மணி நேரம் முன்பு... சில மணிகள் முன்புதான்) தானே குற்றவாளி என்றும், அதை முழுமையாக உணர்ந் திருப்பதாகவும் அவள் என்னிடம் சொன்னாள். குளிர்காலம் முழுவதும் தன்னை வதைத்துக்கொண்டிருந்தது அந்தக் குற்ற உணர்வுதான் என்றும், இப்போதும்கூட அது தன்னைச் சித்திரவதை செய்கிறதென்றும் அவள் கூறினாள். என் பெருந்தன்மையை மிகவும் புகழ்ந்து பாராட்டிய அவள்,

“நான் உங்களுக்கு உண்மையான, விசுவாசமான ஒரு மனைவி யாக இருப்பேன்... உங்கள் மீது எப்போதும் மதிப்புக் கொண்டிருப் பேன்” என்றாள். அதைக் கேட்டதும் பைத்தியக்காரனைப்போலத் துள்ளிக் குதித்தபடி அவளைக் கட்டித் தழுவிக்கொண்டேன். அவளை முத்தமிட்டேன். அவள் முகத்தில்... உதடுகளில்...! தன் மனைவியிடமிருந்து பல காலம் பிரிந்து வாழ நேர்ந்த ஒருவன் முத்தமிடுவதைப்போல அவள் உதடுகளில் வெறித்தனமாக முத்த மிட்டேன்!

ஆனால்... அதற்குப் பிறகு நான் ஏன் அப்படி வெளியே சென்றேன்? இரண்டே இரண்டு மணி நேரம் மட்டும்தான்! வெளிநாடு செல்வதற்கான எங்கள் பாஸ்போர்ட்டுகளைத் தயார் செய்வதற்குத்தான் நான் போனேன்... கடவுளே! நான் ஐந்து நிமிடத் துக்கு முன்னால் வந்திருக்கக் கூடாதா? ஐந்தே ஐந்து நிமிடம்...!!

நான் வந்தபோது வீட்டுவாசலில் கூட்டம் கூடியிருந்தது. எல்லார் கண்களும் என்னையே வெறித்துப் பார்த்துக்கொண்டி ருந்தன. ஐயோ... கடவுளே!

நடந்த விஷயம் என்னவென்பதை லூகேர்யாதான் என்னிடம் சொன்னாள். (நான் லூகேர்யாவை விடவே இல்லை! அவளுக்குத் தான் எல்லாம் தெரியும். இந்தக் குளிர்காலம் முழுவதும் எங்களோடு இருந்தவள் அவள்தான்! அவளால் மட்டும்தான் நடந்ததையெல்லாம சொல்ல முடியும்)

நான் வீட்டிலிருந்து வெளியே போய்விட்டுத் திரும்பி வருவதற்கு இருபது நிமிடங்களுக்கு முன்பு எங்கள் அறைக்கு லூகேர்யா போயிருக்கிறாள். தன்னுடைய எஜமானியிடம் எதையோ கேட்பதற் காக. (அது என்ன என்பது எனக்கு மறந்துவிட்டது) அவள் உள்ளே

போனபோது பெட்டியிலிருந்து எடுக்கப்பட்ட அந்த தெய்வப் படிமம் (புனித மேரியின் அதே சிலைதான்) தன் எஜமானியின் மேசையின்மீது வைக்கப்பட்டிருப்பதை அவள் பார்த்தாள். சிறிது நேரத்திற்கு முன்புதான் அந்த உருவத்துக்கு முன்பு நின்றபடி அவள் அதை வழிபட்டிருக்க வேண்டும் என்று நினைத்துக்கொண்டாள் லூகேர்யா.

"என்ன வேண்டும் அம்மா?" என்று லூகேர்யா கேட்டதும்.

"ஒன்றுமில்லை லூகேர்யா... நீ போகலாம்" என்றாள் அவள். பிறகு, "லூகேர்யா, ஒரு நிமிடம் இரு..." என்று சொல்லியபடி அவளருகே சென்று முத்தமிட்டாள்.

"நீங்கள் சந்தோஷமாக இருக்கிறீர்கள்தானே...?" என்று லூகேர்யா கேட்டதும்,

"நன்றி லூகேர்யா... நான் மகிழ்ச்சியாகத்தான் இருக்கிறேன்" என்றாள் அவள்.

"எத்தனையோ காலத்துக்கு முன்பே நம் ஐயா உங்களிடம் மன்னிப்புக் கேட்டிருக்க வேண்டும் அம்மா! கடவுளுக்கு நன்றி... இப்போதாவது இரண்டு பேரும் ஒன்றுசேர்ந்துவிட்டீர்கள்" என்றாள் லூகேர்யா.

"நல்லது லூகேர்யா...! இனிமேல் நீ போகலாம்" என்று சொன்ன அவள் சற்று வினோதமாகப் புன்னகைத்தாள். அந்தப் புன்னகை சற்றே வித்தியாசமாகத் தோன்றிய காரணத்தால் பத்து நிமிடங்களுக்குப் பிறகு லூகேர்யா மீண்டும் அவளைப் பார்த்து வருவதற்காகச் சென்றாள்.

"அப்போது அவள் சுவருக்கு அருகே நின்றுகொண்டிருந்தாள்" என்று தொடங்கி அந்தச் சம்பவத்தை என்னிடம் விவரித்தாள் லூகேர்யா.

"அவள் சுவரை ஒட்டி ஜன்னலுக்கு நெருக்கமாக நின்று கொண்டிருந்தாள். தன் கைகளைச் சுவர்மீது பதித்தபடி அதில் தலையைச் சாய்த்துக்கொண்டு நின்றுகொண்டிருந்தாள். அப்படி நின்றுகொண்டே ஏதோ ஒரு யோசனையில் ஆழ்ந்திருந்தாள். அந்த யோசனையின் தீவிரத்தில், அறையைத் திறந்துகொண்டு நான் வந்ததுகூட அவளுக்குக் கேட்கவில்லை. நான் அங்கே நின்று அவளைக் கவனித்துக்கொண்டிருந்ததுகூட அவளுக்குத் தெரிய வில்லை. பிறகு அவள் புன்னகை செய்ததை நான் பார்த்தேன் சார்! ஜன்னலருகே, சுவரை ஒட்டி நின்றபடி ஏதோ யோசித்துக் கொண்டும், புன்னகை புரிந்துகொண்டும் இருந்தாள் அவள். நான்

அவளைப் பார்த்துவிட்டு அமைதியாக சமையலறைப் பக்கம் சென்றுவிட்டேன். பிறகு என் சொந்தக் கவலைகளில் மூழ்கிப் போனேன். திடீரென்று ஜன்னல் திறக்கும் சத்தம் எனக்குக் கேட்டது சார். உடனே அங்கே திரும்பிச் சென்றேன். வெளியில் மிகவும் குளிராக இருப்பதால், கவனமில்லாமல் இருந்தால் அது அவளைத் தாக்கி விடுமென்று எச்சரிப்பதற்காகத்தான் நான் அங்கே போனேன். கடவுளே... அப்போது அவள் திறந்திருந்த ஜன்னல் திட்டில், அவளது உயரம் வரை இருந்த அந்த ஜன்னலில் ஏறி நின்றுகொண்டிருந்தாள். அந்த தெய்வப் படிமத்தைக் கைகளில் ஏந்தியபடி எனக்கு முதுகு காட்டிக்கொண்டு நின்றிருந்தாள். நான் அம்மா... அம்மா என்று கூவியது நிச்சயம் அவளுக்குக் கேட்டிருக்கும் சார்! ஏனென்றால், நான் அப்படிக் கத்தியதும் அவள் திரும்புவதைப் போல மிக இலேசாக அசைந்தாள். ஆனால் திரும்ப வில்லை... ஓரடி முன்னால் வைத்தபடி.... அந்த தெய்வப் படிமத்தை நெஞ்சோடு சேர்த்து அணைத்தபடி ஜன்னலிலிருந்து அப்படியே வெளியே குதித்துவிட்டாள்!" என்று சொல்லி முடித்தாள் அவள்.

அவள் விழுந்துகிடந்த வெளிப்புற முற்றத்துக்கு நான் சென்ற போது அவள் உடல் இன்னும்கூட சூடாகத்தான் இருந்தது! அது மட்டும் எனக்கு நினைவிருக்கிறது. அவளது கண்கள் என்னையே வெறித்துக்கொண்டிருப்பதைப் போலிருந்தன. அது என்னை நடுங்க வைத்தது! நான் அங்கே சென்றபோது, கூடியிருந்தவர்களெல்லாம் முதலில் கூச்சல் போட்டார்கள், பிறகு திடீரென்று அமைதியடைந்து நான் செல்வதற்கு விலகி வழிவிட்டார்கள். அந்த தெய்வ உருவத் தோடு அவள் அங்கே கிடந்தாள். நான் அமைதியாக அவளருகே சென்றதும், நெடுநேரம் அவளையே பார்த்துக்கொண்டிருந்ததும் மங்கலாக நினைவிருக்கிறது. எல்லோரும் என்னைச் சூழ்ந்துகொண்டு ஏதேதோ சொல்லத் தொடங்கினார்கள். அப்போது அங்கே லூகேர்யாவும் இருந்தாள். ஆனால், நான் அவளைப் பார்க்கவில்லை. அங்கே வேலை செய்துகொண்டிருந்த ஒருவன் மட்டும்தான் என் நினைவில் இருக்கிறான்.

"அவள் வாயிலிருந்து கையளவு இரத்தம்தான் கொட்டியது. ஒரு கையளவு இரத்தம்! ஒரு கையளவு மட்டும்தான்!" என்று சொன்னபடி கல்லில் படிந்திருந்த இரத்தத்தை என்னிடம் அவன் காட்டினான். அந்த இரத்தத்தை என் விரல்களில் தொட்டு... அப்பிக்கொண்ட நான்... என் விரல்களையே பார்த்தேன். (அது எனக்கு நினைவிருக்கிறது) அப்போதும்கூட அவன் "ஒரு கையளவு இரத்தம்..." என்று என்னைப் பார்த்துக் கத்திக்கொண்டே இருந்தான்.

“கையளவு இரத்தம் இருந்தால்... என்ன? அதற்கு என்ன கேடு வந்தது இப்போது...” என்று என் சக்தியையெல்லாம் திரட்டியபடி அவனைப் பார்த்துக் கத்திக்கொண்டே என் கைகளை உயர்த்தியபடி அவன் மீது பாய்ந்தேன் நான். (நான் அப்படிச் செய்ததாகப் பிறகு கேள்விப்பட்டேன்.)

எல்லாமே வெறும் கிறுக்குத்தனம்...! பைத்தியக்காரத்தனம்! மிக மோசமான புரிதலின் விளைவுகள்.

நடக்கக்கூடாத ஒன்று... நினைத்துப் பார்க்கக்கூட முடியாத ஒன்று நடந்துவிட்டது.

அத்தியாயம் 4

என் ஐந்து நிமிடத் தாமதத்தில்...!

நான் சொல்வது சரிதானே? அப்படித்தானே?

இப்படிப்பட்ட ஒரு சம்பவம் நடக்கக்கூடிய ஒன்றா என்ன? இது நடக்கப்போகிறதென்று எவராவது சொல்லவாவது முடியுமா?

இந்தப் பெண் இவ்வளவு கொடூரமாக இறந்துபோனது ஏன்? அப்படி அவளைச் செய்யத் தூண்டியது எது?

இதைக் கொஞ்சம் நம்புங்கள்... பொறுமையாகக் கேளுங்கள்.

எனக்குப் புரிகிறது! எல்லாமே புரிகிறது! ஆனாலும் அவள் இறந்தது ஒரு மர்மம்தான்! அவள் என் அன்பின் ஆவேசத்தைப் பார்த்து மிரண்டு போய்விட்டாளா? அதை ஏற்பதா, மறுப்பதா என்று தனக்குள்ளேயே தீவிரமாகக் கேட்டுக்கொண்டு மறுகி உளைந்தாளா? தாங்க முடியாத அளவுக்குக் கடுமையான கேள்வியாக அது இருந்த தால் இறந்துபோய்விடலாம் என்று முடிவெடுத்துவிட்டாளா? இப்படியெல்லாம் என் மூளையைக் கசக்கிக்கொள்வதில் எந்தப் பயனும் இல்லை என்று எனக்கு நன்றாகத் தெரியும்...!

அவள் எனக்குப் பல வாக்குறுதிகளை அளித்திருந்தாள்...! மிக அதிகமான வாக்குறுதிகள்...! தன்னால் அவற்றைக் கடைப்பிடிக்க முடியுமா என்ற பயம் அவளுக்கு ஏற்பட்டிருக்கலாம்...! அது ஒரு அப்பட்டமான உண்மை. கூடவே, வேறுபல திகிலூட்டும் நோக்கங்களும் இருந்திருக்கலாம். இப்படியெல்லாம் நான் நினைத்துக் கொள்ளக் காரணம்... அவள் ஏன் அப்படிச் சாக வேண்டும் என்ற விடைகாண முடியாத கேள்வி, இன்னும்கூட அப்படியேதான்

இருக்கிறது! அந்த வினா... என் மூளையைச் சம்மட்டியால் அடிப்பது போல அடித்துத் துளைத்துக்கொண்டிருக்கிறது.

அவள் தனித்து வாழ விரும்பியிருந்தால், நான் அதையும்கூட அனுமதித்து அவளை விடுவித்திருப்பேன். ஆனால், அவள் அதை நம்பவில்லை! ஆமாம்! அதை அவள் நம்பவே இல்லை! உண்மை யான சிக்கல் அதுதான்! இல்லை... இல்லை! அப்படியெல்லாம் நினைப்பது தவறு! அது சரியில்லை...! அவள் எனக்கு நேர்மையாக இருக்க வேண்டும் என்பதுதான் எனக்கு எப்போதுமே முக்கியமான விஷயமாக இருந்தது. என்னைப் பொறுத்தவரை, அவள் என்னைக் காதலித்தாள் என்றால், அது முழு மனதோடு கூடியதாக இருக்க வேண்டுமென்றே நான் எதிர்பார்த்தேன். ஒருவேளை அவள் அந்தக் கடைக்காரனை மணந்துகொண்டிருந்தால், அவன் மீது எப்படி ஒரு வறட்டுத்தனமான அன்பைச் செலுத்தியிருப்பாளோ... அந்த மாதிரியான ஒரு அன்பு எனக்குத் தேவையாக இல்லை. அவள், ஒழுக்க நெறிகளிலும் தூய்மையான நடத்தையிலும் பிடிப்புக் கொண்டவள் என்பதால், அந்தக் கடைக்காரனிடம் செலுத்தக் கூடியது போன்ற ஒரு அன்பை என்மீது செலுத்தி என்னை ஏமாற்ற விரும்பவில்லை. அவள் மிகவும் நேர்மையானவளாக இருந்தாள். சிக்கலே அதுதான்! விட்டுக்கொடுத்துப் பொறுமையாக இருக்கும் பண்பை அவளுக்குள் நிலைநிறுத்த நான் முயன்றது உங்களுக்கு நினைவிருக்கிறதல்லவா...? வினோதமான விஷயம்தான் இது!

மற்றொரு முக்கியமான கேள்வியும் இருந்தது! என் மீது அவளுக்கு மதிப்பு இருந்ததா, இல்லையா என்பதுதான் அது! தன் இதயபூர்வமாக அவள் என்னை வெறுத்தாளா என்பது எனக்குத் தெரியாது...! உண்மையிலேயே அது ஒரு புதிர் மட்டும்தான்! அந்தக் குளிர்கால நாட்களில், அந்தக் காலகட்டம் முழுவதுமே என்மீது அவள் வெறுப்போடுதான் இருந்தாள் என்பது, எனக்கு ஒரு கணமும் புரியாமல் போனது ஏன்...? கடுமையோடு கூடிய வியப் புடன் என்னை அவள் பார்க்கும் வரை, என் மீது அவளுக்கு வெறுப்பில்லை என்றே நான் தீர்மானம் செய்துகொண்டிருந்தேன். ஆமாம்... அந்தக் கடுமை...! அதைப் பார்த்த பிறகு... அவள் என்னை வெறுக்கிறாள் என்பதை அடுத்த நொடியிலேயே நான் புரிந்துகொண்டுவிட்டேன். என்றென்றைக்கும் மாற்றமே இல்லாத... சந்தேகமே இல்லாத உண்மை அது! கொஞ்சம்கூட ஐயமில்லாமல் அது எனக்கு விளங்கிவிட்டது.

சரி... அதனால் என்ன? அவள், தன் போக்கிலேயே இருந்து விட்டுப் போகட்டுமே...! தன் வாழ்க்கை முழுவதும்... தன் ஆயுட் காலம் முழுவதும்கூட என்னை வெறுத்துவிட்டுப் போகட்டுமே?

சிலமணி நேரத்துக்கு முன்புகூட அவள் இங்கே நடமாடிக் கொண்டிருந்தாள்; என்னோடு பேசிக்கொண்டிருந்தாள். ஜன்னலி லிருந்து வெளியே குதித்து அவள் ஏன் உயிரைப் போக்கிக்கொள்ள வேண்டும்...? என் வாழ்க்கை முழுவதும் யோசித்தாலும், என்னால் விடை கண்டுபிடிக்க முடியாத கேள்வி அது! என் உயிரைக் கொடுத்து யோசித்தாலும்கூட என்னால் அதைப் புரிந்துகொள்ள முடியாது. ஐந்து நிமிடங்களுக்கு முன்புகூட அதைப் பற்றிய ஒரு சிறிய சந்தேகமாவது என்னுள் ஏற்படாமல் போனதுதான் எப்படி...?

இந்தக் குறிப்பிட்ட நேரத்தில் லூகேர்யாவை விட்டுப் பிரிய எனக்கு மனமில்லை! இல்லை...! அவளை நான் ஒருபோதும் பிரியப்போவதில்லை! இந்த உலகில் வேறு எதற்காகவும் நான் அப்படிச் செய்ய மாட்டேன்.

எங்களுக்கிடையே இருந்த பிளவுகளைச் சரி செய்வதற்கு ஏதாவது சில வழிமுறைகளைக் கண்டறிந்திருக்கலாம் என்றுதான் இப்போதும் எனக்குத் தோன்றுகிறது.

அந்தக் குளிர்காலத்தில் நாங்கள் இருவரும் பெரும்பாலும், ஒருவரை விட்டு ஒருவர் விலகியே இருந்தோம். மிக அதிகமாகவே விலகியிருந்தோம்...! இருவரும் இயல்பாகப் பழகியபடி, இணைந்து வாழ்ந்திருக்க முடியாதா என்ன...? ஏன் அப்படிச் செய்யாமல் இருந்தோம்? நான் பெருந்தன்மையோடு இருந்தேன்; அவளுமே அப்படித்தான் இருந்தாள். எங்களுக்கிடையே இருந்த ஒரே ஒரு ஒற்றுமை அதுமட்டும்தான்!

இன்னும் சற்றுக் கூடுதலாகப் பேசியிருந்தால்... இன்னும் இரண்டே இரண்டு நாட்கள் மட்டும் காத்திருந்தால்... போதும்! அதற்கு மேல் எதுவுமே தேவைப்பட்டிருக்காது. எல்லாவற்றையுமே அவள் புரிந்துகொண்டிருப்பாள்.

இதில் பொறுத்துக்கொள்ளவே முடியாதது என்னவென்றால், எல்லா விஷயமுமே இப்படிப்பட்ட ஒரு நிகழ்ச்சியில்... ஒரு விபத்தில் போய் முடிந்ததுதான்! மிகச் சாதாரணமாக நடந்து முடிந்த பயங்கர மான விபத்து...! மூளையில்லாமல் நடந்து முடிந்த விபத்து! நான் மட்டும் அப்படித் தாமதமாக வராமலிருந்திருந்தால் நடந்திருக்கவே முடியாத ஒரு விபத்து! நான் ஐந்து நிமிடம்தான் தாமதமாக வந்தேன்! ஐந்தே நிமிடங்கள்! ஐந்து நிமிடத்திற்கு முன்பு நான் வந்திருந்தால் அவளைத் தற்கொலைக்குத் தூண்டிய அந்த உணர்வெழுச்சி, ஒரு மேகத்தைப் போலக் கலைந்துபோயிருக்கும். அதற்குப் பிறகு ஒரு போதுமே அப்படி ஒரு கொடுமையான செயலைச் செய்ய

அவளுக்குத் தோன்றியிருக்காது. அவள் எல்லாவற்றையும் புரிந்து கொண்டிருப்பாள். பிறகு எல்லாமே வேறுவகையான ஒரு முடிவுக்கு வந்திருக்கும்.

இப்போது மறுபடியும் வெறிச்சோடிக் கிடக்கும் அறை களோடு... இந்தப் பரந்த உலகில் மீண்டும் தனித்து விடப் பட்டிருக்கிறேன் நான்! கடிகாரத்தின் பெண்டுலம் எழுப்பும் ஓசைகூட எனக்குக் கேட்கிறது...! அதிலென்ன இருக்கிறது..? வருத்தப்படுவதற்கு இனி எதுவுமே மிச்சமில்லை. எனக்கென்று இந்த உலகில் ஒருவருமே இல்லை! கொடுமை அதுதான்!

நான் நடக்கிறேன்... நடக்கிறேன்... தொடர்ந்து நடந்து கொண்டே இருக்கிறேன்! எப்பொழுது பார்த்தாலும் நடக்கிறேன்! அது எனக்கே தெரிந்ததுதான்! நீங்கள் ஒன்றும் எனக்கு அதைச் சொல்ல வேண்டாம்!

ஒரு விபத்தாக நடந்து முடிந்த நிகழ்ச்சியைப் பற்றி நான் இப்படியெல்லாம் விரிவாகப் பேசிக்கொண்டிருப்பதும், என் ஐந்து நிமிடத் தாமதம் பற்றி வருத்தப்படுவதும் உங்களுக்கெல்லாம் வேடிக்கையாகக்கூட இருக்கலாம். ஆனால், நிஜமாகவே இது ஒரு விபத்தாகத்தான் நிகழ்ந்ததா? உள்ளங்கை நெல்லிக்கனிபோல இதுதான் தெள்ளத்தெளிவாக இருக்கிறதே?

கொஞ்சம் யோசித்துப் பாருங்கள்!

'என் சாவுக்கு யாரும் காரணமில்லை. யாரையும் நான் குற்றம் சாட்டவில்லை!' என்று ஒரு சிறிய குறிப்பை – வழக்கமாக எல்லோரும் சொல்லிவிட்டுப் போவது போன்ற அந்த வார்த்தைகளைக்கூட எழுதி வைக்க வேண்டுமென்று அவளுக்குத் தோன்றாதது ஏன்? தான் செய்யப்போகிற அந்தக் காரியத்தால் காவல் துறையின் மூலம் லூகேர்யாவுக்கு ஏதாவது சிக்கல் ஏற்பட்டுவிடுமோ என்றுகூட அவள் எண்ணிப்பார்க்கவில்லையே...? அப்படி ஓர் எண்ணம் எழுவதற்கான சூழலே இல்லாமல் போய்விட்டதோ?

"தன் எஜமானியுடன் கூட இருந்தவள் இந்த லூகேர்யா மட்டும்தான்! ஜன்னலிலிருந்து அவளைப் பிடித்துத் தள்ளியவள் இவளாகக்கூட இருக்கலாமே..." என்று ஜனங்கள் லூகேர்யாவைப் பழிதூற்ற ஒரு வாய்ப்புக் கிடைத்துவிட்டதே?

குற்றம் செய்யாதவளாகவே இருந்தாலும்கூட போலீஸ், லூகேர் யாவைப் பிடித்துக்கொண்டுதான் போயிருக்கும். நல்ல காலமாகக் கீழே இருந்த முற்றத்திலிருந்தும், அடுத்த வீட்டு ஜன்னலிலிருந்தும்

சிலபேர் இந்தக் காட்சியை நேரடியாகப் பார்த்திருக்கிறார்கள். மேரியின் தெய்வ வடிவத்தைக் கையில் பிடித்துக்கொண்டு அவள் ஜன்னலிலிருந்து வெளியே குதித்ததை அவர்கள் பார்த்து விட்டார்கள்! அதுவும்கூட ஒரு தற்செயல் மட்டும்தான்! ஏதோ அந்த நேரத்தில், அந்த ஆட்கள் அங்கே இருக்க நேர்ந்ததால் அவளை அவர்களால் பார்க்க முடிந்திருக்கிறது. அவ்வளவுதான்...!

இந்தச் சம்பவம் முழுவதுமே திடீரென்று ஏற்பட்ட ஒரு மன உந்துதலால் நடந்து முடிந்திருக்கிறதே தவிர... முன் கூட்டியே திட்டம் போட்டெல்லாம் இது நடக்கவில்லை. சட்டென்று கிளர்ந்த ஒரு கண நேரத் தூண்டுதல்! கற்பனைகூடச் செய்து பார்க்க முடியாத, அறிவைக்கொண்டு ஆராய முடியாத ஏதோ ஒரு உந்துதல்! கணப் பொழுதுக்குள் நேர்ந்த ஒரு மனப்பிறழ்ச்சி...!

கன்னிமேரியின் உருவத்துக்கு முன்னால் அவள் ஜெபம் செய்து கொண்டிருந்தது எதைக் காட்டுகிறது? தற்கொலைக்கு முன்னால்... அதை எண்ணிக்கொண்டிருக்கும் ஒருவரால் அப்படியெல்லாம் பிரார்த்தனை செய்ய முடியுமா என்ன?

பத்து நிமிடத்திற்குள் திடீரென்று ஏற்பட்ட ஒரு தூண்டுதல் மட்டுமே அவளை ஆட்கொண்டிருந்திருக்கும். தலைக்குப் பின்புற மாகக் கரங்களைக் கோத்தபடி, அவற்றின்மீது தலைசாய்த்து சுவரை ஒட்டி நின்றுகொண்டிருந்த அந்தப் பொழுதிலேதான் தன் உயிரைப் போக்கிக்கொள்ள வேண்டுமென்ற முடிவு அவளுக்குள் தோன்றி யிருக்க வேண்டும்! அதனாலேயே அவள் புன்னகை செய்திருக்கலாம்! ஏதோ ஓர் எண்ணம்... மின்னல் வெட்டைப் போல சட்டென்று அவளுக்குள் ஓடியிருக்கிறது. அதுவே அவளை ஆட்டிப் படைத்திருக் கிறது. அதை வெற்றிகொள்ள அவள் தவறி விட்டாள்...!

நீங்கள் எப்படிப்பட்ட விளக்கத்தைச் சொன்னாலும் ஒருவரை ஒருவர் தவறாகப் புரிந்துகொண்டதால் மட்டுமே இந்த முழுக்கதையும் நடந்து முடிந்திருக்கிறது என்பதுதான் வெளிப்படையான உண்மை!

நான் ஒன்றும் அவ்வளவு மோசமானவன் இல்லை. என்னோடு அவள் இனிதாக வாழ்ந்திருக்கலாம்..!

அவள், அளவுக்கு மீறிய சோர்வோடு இருந்தாள். தன் சக்தியையெல்லாம் இழந்து, களைத்துப்போய் இரத்தசோகை பிடித்த வளாய் இருந்தாள். இந்த நிகழ்ச்சி நடந்ததற்கு அது ஏன் காரணமாக இருக்கக் கூடாது? ஆமாம் அது அப்படித்தான் இருக்க வேண்டும்!

நான்தான் தாமதம் செய்துவிட்டேன்! மிகவும் தாமதம் செய்து விட்டேன்!

அந்த சவப்பெட்டியில் அவள்தான் எப்படி மெலிவாகத் தெரிகிறாள்? அவளது சிறிய மூக்கு எவ்வளவு கூர்மையாக இருக்கிறது? அவளது புருவங்கள்... வில்லைப் போன்ற அந்தப் புருவங்கள்? அவளது உருவம் சிதையவே இல்லை, ஒரு எலும்புகூட உடையவில்லை. கையளவு இரத்தம் மட்டும்தான் வெளியே சிந்திக் கிடந்தது. ஒரு கரண்டியளவு இருக்கலாம் என்று நினைக்கிறேன். ஆனால், வெளிப்பார்வைக்குத் தெரியாமல், இரத்தக்குழாய் உடைப்பு ஏதாவது உள்ளுக்குள் இருந்திருக்கலாம்.

சட்டென்று வினோதமான ஒரு எண்ணம் எனக்குள் தலை தூக்கியது. அவளை இப்படியே... என்னுடனேயே வைத்துக்கொண்டிருந்தால் என்ன? அவளை ஏன் புதைக்க வேண்டும்? அவளை அவர்கள் தூக்கிக்கொண்டு போய்விட்டால்? ஐயோ... வேண்டாம் வேண்டவே வேண்டாம்! அதற்கு மட்டும் நான் அவர்களை அனுமதிக்கவே மாட்டேன். அப்படிச் செய்வதற்கு நான் அவர்களை அனுமதிக்கப்போவதில்லை.

ஆனால்... கடவுளே! நான் இப்படியெல்லாம் பேசுவது தவறு! அவர்கள் அவளை எடுத்துக்கொண்டு போய்த்தானாக வேண்டும்! அது எனக்குத் தெரியும்! நான் ஒன்றும் பைத்தியமில்லை! நான் எதையும் பிதற்றவுமில்லை! சொல்லப்போனால் இப்போது இருப்பதைப்போல... ஒரு தெளிவான மனநிலையோடு நான் முன் எப்போதுமே இருந்ததில்லை.

ஆனாலும்கூட.... இனிமேல் இந்த வீட்டில் என்னைத் தவிர யாருமே இருக்கப்போவதில்லை என்ற எண்ணத்தை என்னால் தாங்கிக்கொள்ள முடியவில்லை! பழையபடி அதே இரண்டு அறைகள்! வழக்கமான அடருப் பொருட்களோடு நான் மட்டும்!

பைத்தியக்காரத்தனம்! சுத்தப் பைத்தியக்காரத்தனம்! அவளால் பொறுத்துக்கொள்ள முடியாத அளவுக்கு நான் அவளை வதைத்திருக்கிறேன்... அதுதான் உண்மை! இதற்கான காரணம் அதுதான்!

நீங்கள் போட்டு வைத்திருக்கும் சட்டங்கள், உங்கள் பழக்க வழக்கங்கள், ஒழுக்க நெறிகளோடு கூடிய உங்கள் வாழ்க்கை முறை, உங்களது நம்பிக்கைகள் இவற்றைப் பற்றியெல்லாம் இப்போது நான் ஏன் கவலைப்பட வேண்டும்? அவற்றையெல்லாம் நான் ஏன் பொருட்படுத்த வேண்டும்?

உங்கள் நீதிபதிகள் எப்படி வேண்டுமானாலும் முடிவு செய்து கொள்ளட்டும்! உங்கள் நீதிமன்றங்களுக்கு முன்னால், பொது நீதி மன்றங்களுக்கு முன்னால் என்னைக் கொண்டு செல்லட்டும்.

எனக்கு... எதுவுமே விளங்கவில்லை என்பதை அப்போது அவர் முன்னிலையில் நான் பிரகடனம் செய்வேன். என்னை அமைதியாக இருக்குமாறு அந்த நீதிபதி ஆணையிடுவார்.

'வாயை மூடுங்கள்' என்று கத்துவார். நானும் அவரைப் பார்த்து இப்படிக் கூச்சலிடுவேன்.

'நான் உங்களுக்குக் கீழ்ப்படிந்து நடக்க வேண்டுமென்று சொல்ல உங்களுக்கு என்ன அதிகாரம் இருக்கிறது? அறியாமை என்ற பேரிருட்டால், உலகிலேயே எனக்கு அருமையாக இருந்த ஒன்று நாசமாகிப் போய்விட்டதே... அது ஏன்? உங்கள் சட்டங் களைப் பற்றி இனி எனக்கென்ன வந்தது? என் வாழ்க்கையை நான் வாழ்ந்துகொள்வேன்' என்று சத்தமிடுவேன்.

இனிமேல் என்னை எதுவும், எந்தத் துன்பமும் ஒன்றும் செய்ய முடியாது. இனி, எதற்குமே அர்த்தமில்லை.

அவள் குருடாகிவிட்டாள். இறந்துபோனாள்... நான் பேசுவதை இனி அவள் கேட்க முடியாது.

'உனக்காக எப்படிப்பட்ட ஒரு சொர்க்கத்தை நான் உருவாக்கித் தந்திருப்பேன் என்பதை நீ அறிவாயா? அந்த சொர்க்கம் என் ஆன்மாவுக்குள் இருந்தது. அதற்குள் உன்னைச் சுற்றி வளைத்துக் கொள்ள நான் காத்திருந்தேன். நீ என்னை நேசிக்காமல் போனாலும் கூட. அதனால் என்ன? எல்லாம், எப்போதும் போலவே இருந் திருக்கும்! நான் உன்னைத் தனியாகக்கூட விட்டிருப்பேன். நீ எனக்கொரு தோழியாக மட்டுமே இருந்தபடி என்னோடு பேசிச் சிரித்துக்கொண்டு இருந்திருப்பாய். நாம் மகிழ்ச்சியோடு சிரித்துக் கொண்டும், பேசிக்கொண்டும் ஒன்றாக இருந்திருப்போம். ஒருவரை ஒருவர் பார்த்துக்கொள்ளவாவது முடிந்திருக்கும்! ஒருவேளை, நீ வேறு யாரையாவது காதலித்தாலும்கூட, அதை ஒரு பெரிய விஷயமாக நான் எடுத்துக்கொண்டிருக்க மாட்டேன்! அதைக் கண்டுகொள்ளவே மாட்டேன். அதனால் எனக்கு எந்த பாதிப்பும் இல்லை. நீ உன் விருப்பப்படி யாரை வேண்டுமானாலும் காதலித்துக்கொள் என்று சொல்லியிருப்பேன். நீ அவனோடு பேசிச் சிரித்தபடி நடந்து செல்லும் போது, வீதியின் மற்றொரு பக்கத்தி லிருந்து நான் அதைப் பார்த்துக்கொண்டிருப்பேன். என்ன நடந் தாலும் எதையுமே நான் பொருட்படுத்த மாட்டேன்... கவலைப்பட மாட்டேன்!'

ஆனால், அவள் மட்டும் ஒரு தடவை... ஒரே ஒருமுறை கண்களைத் திறந்து என்னைப் பார்த்துவிட்டால் போதும்! கண நேரம் மட்டும்...! ஒரே ஒரு கணம் போதும்! சில மணி நேரத்துக்கு

முன்பு எனக்கு முன்னால் நின்றுகொண்டு, எனக்கு விசுவாசமான ஒரு மனைவியாக இருக்கப்போவதாகச் சொன்னாளே... அப்போது பார்த்ததைப் போல ஒரு கணம் பார்த்தால் அது போதும் எனக்கு! ஒரு பார்வையிலேயே அவள் எல்லாவற்றையும் புரிந்துகொண்டு விடுவாள் என்பது எனக்கு நிச்சயம் தெரியும்!

ஆனால்... அப்படி நடப்பதெல்லாம் சாத்தியமே இல்லை! உலக இயற்கை அதுதான்! இந்த உலகில் வாழும் மனிதர்கள், தனிமையாக வாழுமாறுதான் விதிக்கப்பட்டிருக்கிறார்கள்! மிகமிகக் கொடூரமானது அதுதான்!

ரஷ்யக் காப்பியம் ஒன்றின் தலைவன், "நிலையாக வாழ்ந்து கொண்டிருக்கும் மனிதன் எவனாவது இந்த மண்ணில் இருக் கிறானா..." என்று ஓலமிட்டான். அதே புலம்பலைத்தான் நானும் எதிரொலிக்கிறேன். ஆனால், அதற்கு எந்த விடையும் இல்லை.

இந்த உலகிற்கு வெளிச்சம் சுமந்துவரும் சூரியனைப் பாருங்கள்...! அது காலையில் உதிக்கிறது...! இப்போது...? இப்போது பாருங்கள்! அது மடிந்து போய்விடவில்லையா? எல்லாமே மறைந்தும் மடிந்தும்தான் போகிறது. இறந்துபோகக் கூடிய மனிதர்கள்தான் உலகில் வாழ்ந்துகொண்டிருக்கிறார்கள், எங்கும் இருப்பவர்கள் அவர்கள்தான்! உலகிலுள்ள மனிதர்களைச் சுற்றிப் படர்ந்து கிடப்பது அமைதியான மௌனம் மட்டும்தான்! இந்த உலகம் அப்படிப்பட்டதுதான்!

"மனிதர்கள் ஒருவரை ஒருவர் நேசிக்கக்கூடியவர்கள்." இந்த வாசகத்தைச் சொன்னது யார்? யார் இட்ட கட்டளை இது?

கடிகாரத்தின் பெண்டுலம், உணர்ச்சியே இல்லாமல்... சோகமாக ஒலியெழுப்பிக்கொண்டிருந்தது.

காலை இரண்டு மணி ஆகிவிட்டது! அவளது சிறிய படுக் கைக்குப் பக்கத்தில் அவளுக்குப் பிடித்தமான சின்னக் காலணிகள் அவளுக்காகவே காத்துக்கொண்டிருக்கின்றன...!

சற்றுத் தீவிரமாகவே உங்களைக் கேட்கிறேன்! நாளைக்கு அவளை அவர்கள் தூக்கிக்கொண்டு போன பிறகு... நான் என்ன செய்வேன்? என்னதான் செய்யப்போகிறேன் நான்?

●